புகழ்பெற்ற

இந்தியப் பறவைகள் சரணாலயங்கள்

யஷ்வந்த்

சதியா

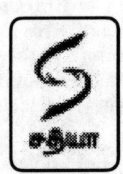

Title
Indhiyavin Pugal pettra
Paravaigalin Saranalayangal

Yeshwanth

ISBN: 978-93-6666-586-3

Title Code : Sathyaa - 122

நூல் தலைப்பு
புகழ் பெற்ற இந்தியப்
பறவைகள் சரணாலயங்கள்

நூல் ஆசிரியர்
யஷ்வந்த்

முதற்பதிப்பு
டிசம்பர் 2024

விலை : ₹ 90

பக்கம் : 62

Printed in India

Published by
Sathyaa Enterprises
No.134, First Floor,
Choolaimedu high road, Choolaimedu,
Chennai - 600 094.
044 - 4507 4203

Email
sathyaabooks@gmail.com

உள்ளே...

1.	பறவைகளுக்கும் மனிதனுக்குமான உறவு	5
2.	பறவைகளுக்கும் சொந்தமான பூமி இது!	9
3.	அழிந்து வரும் பறவை இனம்	17
4.	பறவை இனத்தின் வாழ்வியல்	22
5.	தமிழ்நாட்டில் காணப்படும் சில பறவைகளின் பட்டியல்	26
6.	வெள்ளோடு பறவைகள் சரணாலயம்	30
7.	பழவேற்காடு பறவைகள் சரணாலயம்	31
8.	கரைவெட்டி பறவைகள் காப்பகம்	31
9.	வேடந்தாங்கல் பறவைகள் சரணாலயம்	33
10.	வடுவூர் பறவைகள் சரணாலயம்	36
11.	உதயமார்த்தாண்டபுரம் பறவைகள் சரணாலயம்	37
12.	மேலச்செல்வனூர் - கீழச்செல்வனூர் பறவைகள் புகலிடம்	38

13.	கூந்தன்குளம் பறவைகள் காப்பகம்	40
14.	வேட்டங்குடி பறவைகள் சரணாலயம்	41
15.	தமிழக பறவைகள் மற்றும் விலங்குகள் சரணாலயங்கள்	43
16.	இந்தியாவில் பறவைகள் சரணாலயங்கள் பட்டியல்	46
17.	ஆந்திராவில் உள்ள முக்கியமான சில சரணாலயங்கள்	50
18.	கேரளாவில் இருக்கும் முக்கியமான சரணாலயம்	51
19.	அஸ்ஸாமிலுள்ள முக்கியமான சில சரணாலயங்கள்	52
20.	மகாராஷ்டிரா மாநிலத்திலுள்ள முக்கிய சரணாலயங்கள்	53
21.	குஜராத் மாநிலத்திலுள்ள முக்கிய சரணாலயங்கள்	54
22.	அழிந்து வரும் மிருகங்களின் பட்டியலில் மனித இனம்	56

❏

1. பறவைகளுக்கும் மனிதனுக்குமான உறவு

இயற்கைச் சூழலை பாதுகாப்பதிலும், வேளாண் தொழிலுக்கு உற்ற தோழனாக இருப்பதிலும் பறவைகள் முக்கிய பங்கு வகிக்கின்றன.

பறவைகள் இல்லாத உலகில் மனிதன் வாழ முடியாது. அன்னமயில் வெட்டுக்கிளிகளின் படையெடுப்பைக் கண்டு அதிர்ந்து போன சம்பவமே இதற்கு சிறந்த உதாரணம்.

இந்தியாவைப் பொறுத்தவரை உலகளவில் 13 சதவீத பறவை இனங்களைக் கொண்டு பல்லுயிர் தன்மை காக்கப்பட்டு வருகிறது.

தமிழகத்தில் 535 பறவை இனங்கள் உள்ளன. இதில் சேலத்தில் மட்டும் 322 பறவை இனங்கள் இருப்பது கணக்கெடுப்பில் தெரிய வந்துள்ளது. நம்மைச் சுற்றி பறவை இனங்கள் உள்ளன. மனிதனின் வாழ்வியலிலும், இயற்கையின் சூழலுக்கு உயிர்ப்போடு இருக்கவும் பறவைகள் முக்கியம் என்பதை உணராமல் இருக்கிறோம்.

மனிதச் செயல்பாடுகள் அதிவேக வளர்ச்சி கண்டு வருவதால் இயற்கையான வாழிடங்கள் அழிக்கப்படுகின்றன. அதன் பலனாக உயிரினங்கள் முற்றிலும் அற்றுப் போகின்றன.

பொருளாதார வளர்ச்சித் தொடர்பான வேட்கையால் பூமியில் வாழும் மற்ற உயிரினங்கள் சுற்றுச்சூழல் நலனை நாம் பின்னுக்குத் தள்ளி விடுகிறோம். இது நமது சூழலியல் பாதுகாப்புக்கும் எதிர் காலத்துக்கும் கடுமையான பாதிப்புகளை ஏற்படுத்தும்.

பறவைகள் சரணாலயங்களுக்கு பாதுகாப்பு தருவதன் மூலம் மட்டுமே பறவைகளைப் பாதுகாத்து விட முடியாது.

உதாரணமாக வேடந்தாங்கள் பறவைகள் சரணாலயம் நன்கு பாதுகாக்கப்படுகிறது. ஆனால் கடந்த சில ஆண்டுகளில் சரணா லயத்தில் உள்ள பறவைகள் சார்ந்துள்ள மற்ற பகுதிகள் வேகமாக அழிக்கப்பட்டு வருகின்றன. அந்த விளைநிலங்களும் மற்ற பகுதி களும் தனியாருக்குச் சொந்தமானவை. இந்தப் பகுதிகளில்தான் பறவைகள் இரை தேடும்.

அந்த நிலங்கள் வீட்டுமனைகளாகவோ தொழிற்சாலைகளாகவோ மாற்றப்பட்டு வருவதால் பறவைகளுக்கு உணவு கிடைக்காமல் போகும். சரணாலயங்கள் பற்றி யோசிக்கப்படும்போது இதையும் சேர்த்து யோசிக்க வேண்டும்.

தமிழகத்தில் 34 பகுதிகள் இவ்வாறு உள்ளன. இந்தப் பகுதிகளில் பாதிக்கு மேற்பட்டவை காட்டுயிர் பறவை சரணாலயங்கள் தான். மற்றவை மிகக் குறைந்த பாதுகாப்பு அல்லது பாதுகாப்பே இல்லாத சதுப்பு நிலங்களும் காடுகளும்.

இவற்றையும் பாதுகாப்பு வளையத்துக்குள் கொண்டு வர வேண்டும். பெரும்பாலான முக்கிய பறவை பகுதிகளின் தற்போதைய நிலைமை தொடர்பாக முழுமையான தகவல் பதிவும் செய்யப்படவில்லை. மேலும் இந்திய பறவைப் பாதுகாப்பு அமைப்பு தமிழகத்தில் முழுமையாகச் செயல்படும் நிலையில் இல்லை என்பதும் காரணம்.

பறவைகளுக்கும் மனிதர்களுக்குமான உறவு என்பது பண்டைக் காலம் தொட்டு மிகவும் ஆத்மார்த்தமாகவே பேசப்படுகிறது.

தங்களைக் காக்கும் கடவுளர்களை வணங்கும்போது அந்தக் கடவுளர்களின் ஊர்திகளாக பறவைகள் உருவகப்படுத்தப்பட்டுள்ள தால் பெரும்பாலான பறவைகளும் மனிதர்களின் வணக்கத்திற் குரியவையாக பார்க்கப்படுகின்றன.

அதுமட்டுமின்றி மனிதர்கள் விரும்பி உண்ணும் உணவாகவும் பறவை இனங்கள் பல இருந்து வருகின்றன.

இறக்கைகள் கொண்ட இரு காலியை பறவை என்று கூறுவர். விலங்குகளிலேயே இறகுகள் கொண்ட ஒரே வகுப்பு பறவைகள் தான்.

விலங்குகளில் பறவை என்னும் வகுப்பில் மொத்தம் 9672 பறவை யினங்கள் உள்ளன என்று பறவையியல் அறிஞர்கள் கணித்து குறிப்புகள் எழுதியுள்ளார்கள்.

பல பறவைகள் பறப்பதையே முக்கியமான சிறப்பியல்பாகக் கொண்டிருப்பினும் சில பறவைகள் பறக்க முடியாதவையாகும் மற்றும் பல இனங்கள் குறிப்பாக தீவுகளில் வசிப்பவை பறக்கும் இயல்பை இழந்து விட்டன.

பறக்க முடியாத பறவைகளுள் பென்குயின்கள், தீக்கோழிகள், நியூசிலாந்தின் கிவிகள், அழிந்து போன டோடோக்கள் என்பன அடங்குகின்றன.

மனிதர்கள் அல்லது மனிதர்களால் அறிமுகப்படுத்தப்படும் விலங்குகள், பறக்க முடியாத பறவைகளின் வாழிடங்களுக்குள் வரும்போது இப்பறவைகள் அழிந்து போவதற்கான வாய்ப்புகள் மிகுதி.

பறவைகள் வாழ்நாளில் பெரும் பகுதியை இரை தேடவும், உண்ண வுமே செலவழிக்கின்றன. அதிக எடை பறப்பதற்கு இடைஞ்சல் என்பதால் பறவைகளால் உடலில் உணவைச் சேமித்து வைக்க இயலாது. சிறிய பறவைகள் அடிக்கடி உணவு உண்பது அவசியமா கிறது.

பறவைகளில் சைவமும் அசைவமும் உண்டு. காக்கை போன்றன இரண்டையுமே உண்கின்றன. சில பறவைகள் சிறப்பாக சில

குறிப்பிட்ட இரைகளை மட்டுமே உண்கின்றன. கடினமான பழக் கொட்டைகளைக் கூட நொறுக்கி செரிமானம் செய்யும் தன்மையை அவற்றின் வயிறு சிறப்புத் திறன் பெற்றது.

இரவில் வேட்டையாடும் ஆந்தை போன்றவற்றைத் தவிர பெரும்பாலான பறவைகள் பகலில் விழித்து இரவில் உறங்குகின்றன. குஞ்சு பொரிக்கும் காலங்களில் மட்டுமே கூட்டில் உறங்குகிறது. மற்ற நேரங்களில் கிளையோ, மரப்பொந்தோ, சில சமயம் ஒற்றைக் காலிலோ கிடைத்த இடத்தில் உறங்கி கொள்ளும்.

பல பறவைகளின் சிறகுகள் அவை வாழும் நிலத்திற்கு ஏற்றவாறும், அங்குள்ள மரஞ்செடி கொடிகளுக்கு ஏற்றவாறும், நிறத்திலும் சாயலிலும் ஒத்து உருமறைப்பு தன்மையை கொண்டிருப்பதால் பாதுகாப்பாக இருக்கும்.

உள்ளான், கானாங்கோழி போன்ற பறவைகள் மரங்களிலிருந்து வாழும் தழைகளின் இடையிலும், புல், பூண்டு இவற்றின் இடை யிலும் வாழ்கின்றன. அவற்றின் உடல் அமைப்பு வளைந்த கோடு களையும், திட்டுக்களையும் கொண்டதாய் எளிதில் அடையாளம் கண்டு கொள்ள முடியாதவாறு இருக்கிறது.

வேட்டையாடப்படுகின்ற கவுதாரி, காடை போன்ற பறவைகளின் நிறம் அவை வாழ்கின்ற வயல் மண்ணின் நிறம் போலப் பழுப்பாக வும் அங்கங்கே கரும்புள்ளிகள் உடையனவாகவும் இருப்பதால் பக்கத்தில் போகும் போதுகூட அவற்றை எளிதில் கண்டுகொள்ள முடியாது.

கதிரவன் ஒளி பளிச்சென்று வீசும் பசுமையான தழைகள் அடர்ந்த இடங்களில் வாழும் பறவைகள் கருநீலம், பச்சை, மஞ்சள், சிவப்பு ஆகிய நிறங்களைக் கொண்டிருக்கின்றன.

உணவுத் தேவைகளுக்காகவும், மிக வெப்பம் மிகவும் குளிர்கால நிலைகளை தவிர்ப்பதற்காகவும், பறவைகள் வருடாந்திர இடப் பெயர்ச்சி செய்கின்றன. கடல் பறவைகள் மிக அதிக தூரம் (32,000கி.மீ வரை) பயணிக்கின்றன.

இடப்பெயர்ச்சி செய்யும்போது அது பல அடையாளங்களைக் கொண்டு சரியான இடத்திற்கு சென்று சேர்கிறது. பகலில் சூரியனின் திசையைக் கொண்டும் இரவில் சில நட்சத்திரங்களை அடையாளமாகக் கொண்டும், பூமியின் காந்த அலைகளைக் கொண்டும், நிலத்தின் அடையாளங்களைக் கொண்டும் பாதையை உணர்ந்து கொள்கின்றன.

பறவைகள் கூட்டமாகச் செல்லும்போது 'V' போன்ற வடிவத்தில் பறப்பதைப் பார்க்கலாம். இவ்வாறு செல்லும்போது முதல் பறவையைத் தவிர மற்ற எல்லாப் பறவைகளும் முன்னால் செல்லும் பறவையின் இறக்கை வீச்சில் உருவாகும் காற்றழுத்தம் காரணமாக எளிதில் பறக்கிறது.

தனியே பறந்து செல்லும் முன்னனுபவமில்லாத சில இளம் பறவைகள் சில சமயங்களில் வழி தப்பி அதன் இனம் செல்லும் வழக்கமான வழியை விட ஆயிரக்கணக்கான கிலோமீட்டர்கள் தள்ளி வந்து விடுவதையும் காணலாம்.

❋

2. பறவைகளுக்கும் சொந்தமான பூமி இது!

இந்த பூமிப்பந்து தான் மட்டுமே விளையாடுவதற்கான, தனக்கு மட்டுமே உரிமையுடையதான ஒன்றாக இந்த மனிதன் நெடுநாள் தொட்டே நினைத்து வருகிறான்.

இந்த உலகம் மனிதனுக்கு மட்டுமே சொந்தமானதா? இயற்கையை பங்கிட்டு வாழ எல்லா உயிரினங்களுக்கும் உரிமையும், சொந்தமும் உண்டு என்ற உண்மையை ஏன் உணரத் தவறி விட்டான் மனிதன்?

விலங்குகள், பறவைகள் மற்றும் பல்லுயிரினங்கள் பலவற்றுக்கும் மனிதனுக்கு நிகரான பூர்வீக பாத்தியதை உண்டென்பதை அறிய வேண்டும்.

நம் முன்னோர்கள் மரங்களையும், பறவைகளையும், விலங்கு களையும் தெய்வங்களாக வணங்கினார்கள்.

உலகில் சுமார் 8650 இனப்பறவைகள் உள்ளன. அதில் 1200 இனங்கள் இந்தியாவில் உள்ளன.

பல்வேறு சீதோஷ்ண நிலைகளைக் கொண்டது நமது பாரத தேசம். நீண்ட கடற்கரைகள், ஏரிகள், ஆறுகள், வயல்கள், காடுகள், மலைகள் என பல்வேறு சுற்றுப்புற சூழ்நிலைகளைக் கொண்டது.

உலகின் பல நாடுகளிலிருந்து ஆயிரக்கணக்கான மைல்கள் தாண்டி பல்லாயிரம் பறவைகள் பறந்து வருகின்றன. இரை உண்டு ஓய்வெடுக்கின்றன. முட்டையிட்டுக் குஞ்சு பொரிக்கின்றன. சீதோஷ்ண நிலை மாறியதும் மீண்டும் எங்கிருந்து வந்தனவோ அந்த இடத்திற்கே சென்று விடுகின்றன.

பறவைகள் இவ்வாறு இடம் பெயர்ந்து செல்வதற்கு வலசை போதல் என்று கூறுகின்றனர்.

உயிரினங்களுக்கு இருப்பிட சிக்கல், கடும் தட்பவெப்பநிலை, உணவுப் பற்றாக்குறை இவற்றைத் தவிர்க்க ஓரிடத்திலிருந்து மற்றோர் இடத்திற்கு வாழும் சூழல் நிறைந்த இடங்களுக்குச் சென்று திரும்பும் பறவைகளை வலசை பறவைகள் என்கின்றனர் பறவையியலாளர்கள்.

வலசை செல்லும் பறவைகளை காத்தல் அதன் வலசை பாதை களுக்கு பாதிப்பு ஏற்படுவதை தடுத்தல், நீர்நிலைகளைப் பாது காத்தல தொடர்பாக விழிப்புணர்வை ஏற்படுத்த, ‘உலக வலசை பறவைகள் தினம்’ 2006 மே 10இல் கடைப்பிடிக்கப்பட்டது.

பல நூற்றாண்டுகளுக்கு முன்பே தமிழர்கள், பறவைகளின் வலசையை அறிந்துள்ளனர். பழந்தமிழ் நூல்களில் ‘வலசை’ போவதை ‘புலம்பெயர் புள்’ என்றும், ‘வம்பப்புள்’ என்றும் இலக்கியத்தில் பதிவு செய்துள்ளனர்.

இடப்பெயர்ச்சி செய்யும் சில பறவைகள் கறுப்பு நிறத்திலும், ஆழ்ந்த பிக்மைன்ட் மற்றும் உயர்வான ஆன்டிஆக்சிடென்ட் கொண்ட

பழங்களை விரும்புவதாகவும் கூறுகிறார்கள். இதனால்தான் ஒரே மூச்சில் பல ஆயிரம் கி.மீ. பறக்கும் மூக்கானால் எட்டரை நாட்கள் பட்டினியாக இருக்க முடிகிறது.

உணவு விசயத்தில் மட்டுமல்ல சில பறவைகள் புறப்படும் முன் கூட்டமாக எப்படி அணிவகுப்பு செல்வது என்று கூட ஒத்திகை பார்க்கின்றன.

பறவைகள் கூட்டமாக செல்லும்போது 'V' போன்ற வடிவத்தில் பறக்கும். இவ்வாறு செல்லும்போது முன்னால் பறக்கும் பறவையின் இறக்கை அசைவுகளால் ஏற்படும் காற்றலை அதிர்வுகள், பின்னால் வரும் பறவைகளுக்கு பறக்கத் தேவையான சக்தியை அளிக்கிறது.

இதனால் அவை சக்தியை வீணாக்க வேண்டியதில்லை. அதே நேரத்தில் ஒரே பறவை தலைமை தாங்கிச் சென்றால் அது தளர்ந்து விடும் என்பதால் கொஞ்ச தூரம் பறந்தால் அந்தப் பொறுப்பை அடுத்தடுத்து வரும் பறவை ஏற்றுக் கொள்கிறது.

பறவைகள் வலசை சென்றாலும் இனப்பெருக்கத்தை பெரும்பாலும் தாய் நிலங்களிலேயே மேற்கொள்கின்றன. முட்டையிட்டு குஞ்சு பொரிக்கும் இடமே ஒரு பறவைக்கு 'தாய் நிலம்.'

பறவைகள் வானிலை பற்றி முன்கூட்டியே அறியும் ஆற்றல் படைத்தவை. போகும வழியில் அபாயம் இல்லை என்று தெரிந்த பின்னரே பயணத்தை தொடங்குகின்றன.

இடப்பெயர்ச்சி செய்யும்போது அது பகலில் சூரியனின் திசையைக் கொண்டும் இரவில் சில நட்சத்திரங்களை அடையாளமாகக் கொண்டும், பூமியின் காந்த அலைகளைக் கொண்டும், நில அடையாளங்களைக் கொண்டும், தனிப்பட்ட ஒலி வேறுபாடுகளை கொண்டும் பாதையை உணர்ந்து பயணிக்கின்றன.

உலகளவில் ஒவ்வொர் ஆண்டும் 1.40 லட்சம் முதல் 3.28 லட்சம் பறவைகள் காற்று விசையாழிகள் மூலமாக கொல்லப்படுகின்றன. இதை விடப்பெரிய ஆபத்து காற்றாலைகள் மற்றும் அதனுடன் இணைந்த மின்வழங்கல் முறைகளினால் பறவைகளின் வாழ்விடங் களை நாம் அழித்து விடுவதுதான் என்கிறார்கள் அமெரிக்க ஆய்வாளர்கள்.

இந்தியாவின் தார் பாலைவனம் உள்ள ராஜஸ்தானில் அரிய வகை பெண் பறவையின் எஞ்சிய எலும்புகள், பழுப்பு நிற இறகுகள் போன்றவை மின் கம்பிகளுக்கு கீழாக சமீபத்தில் கண்டெடுக்கப் பட்டன. ஆய்வில் அது அழிந்து வரும் பறவைகள் இனப்பட்டியலில் முதலிடத்தில் உளள பஸ்டார்டு பறவை எனத் தெரிய வந்துள்ளது.

இதில் உலக அளவில் 150 பறவைகளே எஞ்சியுள்ளனவாம். ஒரு இனத்தின் பெண் பறவையின் அழிவு சோகமயமானது. நீர் நிலை களை அழித்ததால் தமிழகத்திற்கு வலசை வரும் பறவைகள் குறைந்து விட்டன.

1980ல் ஐந்து லட்சத்துக்கும் மேற்பட்ட வலசை பறவைகளுக்குப் புகலிடமாகத் திகழ்ந்தது கோடியக்கரை. வாழிடச் சீர்கேட்டால் ஒரு லட்சத்துக்கும் குறைவான வரத்து பறவைகளே வந்து செல் கின்றன.

பயிர்களுக்குத் தெளிக்கப்படும் பூச்சிக்கொல்லி பயன்பாட்டால் பறவைகள் அழிவு மட்டுமல்ல, ஒரு உயிர்ச் சங்கிலியே அறுந்து வருகிறது.

சுற்றுச்சூழல் மேம்பாடு என்பது பறவைகளைப் பாதுகாப்பதன் அவசியத்தை மிக விரிவாக சிந்திக்கத் தூண்டுகிறது.

கேரளாவில் மேற்கு மலைத் தொடர்ச்சியின் சரிவில் உள்ள பள்ளத்தாக்கு நன்கு மழைபொழியும் பகுதியாகும். அங்கு செழித்து வளர்ந்துள்ள மரங்கள் நிறைந்த காடுகள் உள்ளன. அதனால் அங்கு ஏராளமான பறவைகள் வசிக்கின்றன.

பறவை நேசர் சலீம்அலி இயற்கை அழகை ரசித்தபடி புதிய புதிய பறவைகள் ஒவ்வொரு வருடமும் அங்கு பறந்து வருவதைக் கண்டு அதிசயிப்பார்.

இந்திய சுதந்திரம் பெற்ற பிறகு சுயநலம் மிகுந்த சில அரசியல் தலைவர்களும், வியாபாரிகளும் சேர்ந்து கேரளக் காடுகளை அழித்து பணம் சேர்க்க தொடர்ந்து முயற்சி செய்து வந்தனர்.

புலிகளைக் கொன்று அதன் தோலை விற்கவும், யானையைக் கொன்று அதன் தந்தத்தை விற்கவும் அவர்கள் சூழ்ச்சி செய்தனர். அங்கு ஒரு அணை கட்டி நீர் மின்சாரம் தயாரிக்க அவர்கள் திட்ட மிட்டனர். அதற்காக காடுகளை அழிக்க முன்வந்தனர்.

குரங்குகள், பாம்புகள் போன்ற பல உயிரினங்கள் நிறைந்த அந்த அமைதிப் பள்ளத்தாக்கை கொள்ளையடிக்க சூழ்ச்சி செய்தனர்.

அமைதிப் பள்ளத்தாக்கிற்கு வரும் ஆபத்தை எடுத்துச் சொல்லி அதைத் தடுக்க பலர் முயன்றனர். சலீம் அலி நேருவிடமும், இந்திரா காந்தியிடமும் நேரில் சென்று முறையிட்டு அமைதிப் பள்ளத் தாக்கிற்கு அழிவு வராமல் காத்தார். கேரளத்தின் அமைதிப் பள்ளத்தாக்கில் குண்டி, புழா ஆற்றில் 1970 ஆம் ஆண்டு ஒரு மின் உற்பத்தித் திட்டம் ஏற்பட சிலர் திட்டமிட்டனர்.

சலீம் அலி அந்த ஏற்பாடு நடைபெறாமல் தடுத்து அமைதிப் பள்ளத் தாக்கில் வசித்த பறவைகளும், விலங்குகளும் பிழைக்க வழி செய்தார். சலீம்அலியை பறவைகளின் காவலர் என்று சிறப்பாக அழைத்தனர். சலீம்அலி ஆசியாவின் பறவையியல் மனிதராகப் போற்றப்பட்டார். தொடக்க காலத்தில் சுதேச மன்னர்கள் சிலர் இத்துறையை வளர்க்க அவருடைய உதவியை நாடியிருக்கிறார்கள்.

ஆங்கிலேய படையைச் சேர்ந்த கர்னல் ஷெகன் சலீம் அலியைப் பாராட்டியுள்ளனர்.

1973ஆம் ஆண்டு நெதர்லாந்து அரசின் பொற்படகு விருது சலீம் அலிக்கு வழங்கப்பட்டது.

சலீம்அலி பள்ளிப்பாலகன் முதல் பிரதம மந்திரி வரை நட்பு கொண்டிருந்தார். எல்லோருடனும் நன்கு பழகுவார். யார் அவருக்கு கடிதம் எழுதினாலும் உடனே பதில் எழுதும் பழக்கம் உடையவர்.

புகைப் பிடிப்பதும், மது அருந்துவதும் சலீம் அலிக்கு பிடிக்காது. நேரம் தவறாமை அவருடைய சிறப்பியல்பு. சரியாகப் பத்து மணிக்கு உறங்கச் சென்று அதிகாலை 5 மணிக்கு எழுதும் வழக்கம் உடையவர் சலீம்அலி.

இந்தியா முழுவதும் பல ராஜ்ஜியங்கள் பரவி இருந்தன. ஹைதராபாத்தில் நிஜாம், திருவனந்தபுரத்தில் ராஜா, அவ்வாறே வடக்கிலும் பல ராஜாக்கள் இருந்தனர். சலீம்அலி இவர்கள் பலருக்கும் கடிதங்கள் எழுதி அவர்கள் ஒத்துழைப்புடன் பறவைகள் பற்றிய செய்திகளை திரட்டினார்.

சில இடங்களில் காடுகளை அழித்து தொழிற்சாலைகள் ஏற்படுத்தினர். பயிர் செய்யும் நிலங்களாக மாற்றினர். இவ்வாறு

செய்வதால் பறவைகளும், விலங்குகளும் எவ்வாறு பாதிக்கப்படு கின்றன என்று எடுத்துரைத்தார்.

சுற்றுச்சூழலுக்கு ஆபத்து ஏற்படும்போது அதைச் சுட்டிக்காட்டி, அதற்கான மாற்று ஏற்பாடுகள் எடுக்கும்படி வற்புறுத்துவார். பரத்பூர், கர்னாலா ஆகிய இடங்களில் பறவைகள் சரணாலயங்கள் நிறுவ சலீம்அலி உதவினார்.

அமெரிக்க செனட்டர் மத்தையாஸ் ஒருமுறை இந்திராகாந்தியை இந்தியாவில் சந்தித்தார். அப்போது இந்திரா காந்தி பிரதமராக இருந்தார். மத்தையாஸை பறவையியல் விஞ்ஞானி சலீம்அலியை சந்திக்க ஏற்பாடு செய்தாார்.

பம்பாய் அருகில் உள்ள தேசிய பூங்காவில் மத்தையாஸ் சலீம்அலி யுடன் ஒரு நாள் தங்கினார். காடுகளில் கொஞ்சும் இயற்கை அழகை சலீம்அலி அவருக்கு காட்டினார். இந்தியாவில் உள்ள பறவை களைப் பற்றியும், அவற்றின் அதிசயமான வாழ்க்கை முறைகளைப் பற்றியும் சுவைபட விளக்கினார்.

சலீம்அலி நாடு முழுவதிலும் காடுகளிலும், மேடுகளிலும் சுற்றித் திரிந்து பறவைகளை நேரில் கண்டு பொறுப்புடன் பல நாட்கள் செலவிட்டு அவை வாழும் முறைகளைக் கண்டறிந்தார்.

பறவைகளால் நமக்கு ஏற்படும் நன்மைகளையும், அவற்றுக்கும் இவ்வுலகில் வாழ உரிமையுண்டு என்பதையும் எடுத்து விளக்கினார். அதுமட்டுமின்றி பறவைகளைக் காப்பதற்காக பறவைகளின் சரணா லயங்கள் அமைப்பதற்கு அவர் எடுத்துக் கொண்ட முயற்சிகளையும் அமெரிக்க செனட்டர் மத்தையாஸ் வெகுவாகப் பாராட்டினார்.

இவர் அமெரிக்கா திரும்பிய பிறகு பால்கெட்டி வழங்கும் 50000 டாலர் பரிசு சலீம்அலிக்கு கிடைக்க சிபாரிசு செய்தார். அதிபர் ராக்பெல்லர் மற்றும் அவரது உறுப்பினர்களும் ஒரே மனதாக இந்தப் பரிசை சலீம்அலிக்கு வழங்க முடிவெடுத்தனர்.

வனவிலங்கு பாதுகாப்பு பரிசாக கிடைத்த இந்த 50,000 டாலரை பம்பாய் இயற்கை வரலாற்றுச் சங்கத்திற்கு ஆய்வு நிதியாக வழங்கினார் சலீம்அலி. சலீம்அலி மிகவும் சிக்கனமாக வாழ்ந்தார்.

அரசிடமிருந்து கிடைக்கும் பணத்தை நியாயமான முறையில் செலவிடுவார். ஒவ்வொரு ரூபாய்க்கும் எவ்வாறு செலவிடப் பட்டது என்று கணக்கு எழுதுவார்.

1976ல் இந்திய அரசாங்கம் அவருக்கு பத்ம விபூஷன் பட்டத்தை அளித்து கௌரவித்தது.

1977ல் சலீம்அலி, ராமன் அறிவியல் ஆராய்ச்சிக் கழகம் இருந்த பெங்களூருக்குச் சென்றார். அங்கே பார்த்த பறவைகளைப் பற்றி 'மைசூரில் பறவைகள்' என்ற அறிக்கை தயாரித்தார்.

பறவைகளும் சேர்ந்தது தான் சுற்றுச்சூழல் என்பதை மனிதர்கள் மறந்து போய்க் கொண்டிருக்கிறோம். பறவைகளையும் பாது காத்தால்தான் சுற்றுச்சூழலை பாதுகாக்க முடியும் என்பதை நாம் புரிந்து கொள்ள வேண்டும்.

பறவைகளின் பாதுகாப்பு மனித இனத்தின் பாதுகாப்பும்கூட என்பதை நாம் உணர வேண்டும். பறவைகளின் வாழ்வியல் சூழல் என்பது மரம், செடி, கொடி உட்பட தாவரங்களையும், தட்பவெப்ப சூழலையும் பிற உயிரினங்களின் இருப்பையும் பொறுத்தே அமை கிறது.

ஏதேனும் ஒரு மரத்தை வெட்டினாலும் அதனை நம்பி வாழும் பறவைகள் மிகப்பெரும் இன்னலுக்கு ஆளாகின்றன. இம்மண்ணுக்கு உகந்ததாய் வாழ்ந்த, வாழ்கின்ற பறவையினங்களையும் மீட்கின்ற மற்றும் பேணிக் காக்கின்ற பொறுப்பு நம் அனைவருக்கும் உண்டு.

உலகில் அழிந்து வரும் இயற்கை உயிரினங்களின் பட்டியலில் இந்தியாவைச் சேர்ந்த 8 பறவை இனங்களும் இணைந்துள்ளது அதிர்ச்சியை ஏற்படுத்தியுள்ளது.

சமீபத்தில் சர்வதேச இயற்கை பாதுகாப்பு சங்கம் இந்தியாவில் அழிந்து வரும் உயிரினங்கள் மற்றும் விரைவில் அழியும் நிலையில் உள்ள உயிரினங்களின் பட்டியலை வெளியிட்டுள்ளது.

மும்பை இயற்கை வரலாறு சங்கம் மற்றும் சர்வதேச பறவைகள் வாழ்வு அமைப்புகள் நடத்திய ஆய்வின் அடிப்படையில் கிடைத்த

தகவலின் அடிப்படையில் இந்தப் பட்டியல் கூறுகிறது. இதில் இந்தியாவில் அழிந்து வரும் பறவைகள் பட்டியலில் விரைவில் 173 பறவை இனங்கள் இடம் பெறும் அபாயம் உள்ளதாக கூறப்பட்டு உள்ளது.

மேலும் இந்தப் பட்டியலில் இந்தியப் பறவை இனங்களான கம்பளி கழுத்து நாரை, அந்தமான் நீலம், சிவப்பு தலை ஆந்தை, இமாலயன் கிரிபான், தாடி கழுகு, அந்தமான் பச்சை புறா, சாம்பல் நிற தலை பச்சை புறா, யுனன் நியுதாச் ஆகிய 8 பறவை இனங்கள் இடம் பெற்றுள்ளன.

பெருகி வரும் கட்டிடங்களால் அழிந்து வரும் காடுகள், காட்டுத்தீ, வேட்டையாடுதல் அதிகரிக்கும் வேதியியல் பொருட்கள் பயன்பாடு போன்றவற்றால் அரிய வகை பறவை இனங்கள் அழிந்து வருவதாக அந்தப் பட்டியலில் தெரிவிக்கப்பட்டு உள்ளது.

ஆங்கிலேயரின் ஆளுகைக்கு உட்பட்டிருந்த அன்றைய தெற்காசியா வில் தென்பட்ட பறவைகளைப் பற்றி 1850 ஆம் ஆண்டு 3 பாகங்கள் கொண்ட புத்தகமாக பறவை பட்டியலை எட்வர்டு பிளைத் என்பவர் வெளியிட்டார்.

அதற்கு பத்தாண்டுகளுக்கு பிறகு டி.சிப்ஸர்டான் என்பவர் இந்திய துணைக் கண்டத்தில் தென்படும் பறவைகள் மட்டும் பட்டியலிட்டு 2 பாகங்கள் கொண்ட புத்தகமாக வெளியிட்டார்.

✻

3. அழிந்து வரும் பறவை இனம்

பறவைகளுக்கு பெயரிடுதல், அவற்றை வகைப்படுத்துதல் ஆகியவற்றின் மீது 1960களில் மிகப்பெரிய அளவில் மாற்றங்களும் புரிதல்களும் உருவாகின. இந்தக் காலகட்டத்தில் வெட்மோர், ஜேம்ஸ் எல்.பீட்டர்ஸ் ஆகியோர் உருவாக்கிய பறவை இனப்

பட்டியலை உலகம் முழுவதுமுள்ள பறவையியல் அமைப்புகள் அங்கீகரித்தன.

தற்போது 1263 பறவை இனங்கள் இந்தியாவில் தென்படுவதாக வகைப்படுத்தப்பட்டுள்ளது. அவற்றில் 61 பறவை இனங்கள் இந்தியாவில் மட்டுமே தென்படக்கூடிய ஓரிட வாழ்விகளாகும். இவற்றை உலகின் வேறு எந்தப் பகுதியிலும் பார்க்க முடியாது.

கடந்த 2017ஆம் ஆண்டு தமிழகம் மற்றும் புதுவையில் 1741 பறவைப் பட்டியல்கள் 178 பறவை ஆர்வலர்களால் இணைய தளத்தில் வெளியிடப்பட்டன.

மொத்தம் 346 வகையான பறவைகள் பதிவு செய்யப்பட்டன. அதிகமாகப் பதிவு செய்யப்பட்ட பறவைகளில் முதல் 10 இடங்களில் காகம், மைனா, கரிச்சான்குருவி, அண்டங்காக்கை, பச்சைக் கிளி, மடையான், வெண்மார்பு மீன்கொத்தி, பனை உழவறான், மணிப்புறா மற்றும் தகைவிலான் ஆகியன இடம் பெற்றன.

இயற்கையின் ஓர் அங்கமாய் விளங்கும் பறவையினங்கள் இன்றைக்கு மிகப்பெரிய அளவில் அச்சுறுத்தலைச் சந்திக்கத் தொடங்கியிருக்கின்றன.

நகர்மயமாதல், அழிக்கப்படும் வனங்கள், வேட்டையாடப்படுதல், வேதியியல் பொருட்களின் பயன்பாடு அதிகரித்தல், காட்டுத்தீ போன்ற பல காரணங்களே பறவைகளின் அழிவுக்கு அடிப்படையாக உள்ளன.

சரியான உணவு கிடைக்காதது, செல்லிடைப்பேசி கோபுரங்களிலிருந்து வரும் நுண்ணிய கதிரியக்கம் போன்ற பல காரணங்களால் குருவிகள் அழிந்து வருகின்றன.

குருவிகளின் அழிவிற்கு பெட்ரோல் புகையிலிருந்து வெளிப்படும் மீத்தைல் நைட்ரேட் எனப்படும் வேதிப் பொருளும் காரணமாக கண்டறியப்பட்டுள்ளது. அவை முட்டையிடுவதற்கான கூடுகள் அமைக்கத் தகுந்த இடங்கள் இல்லாததாலும் இனப்பெருக்கமும் தடைப்பட்டுப் போனது. சிட்டுக்குருவிகள் மனிதர்களை விட்டு அகன்று விட்டன.

பெருகும் போக்குவரத்து வேதிப்பொருட்கள் பயன்பாடுகளின் அதிகரிப்பு போன்ற காரணங்களால் மயில்கள் அழிவின் விளிம்பை எட்டிக் கொண்டிருக்கின்றன என்று ஒரு புள்ளி விபரம் கூறுகின்றது.

இறைச்சிக் கழிவுகளை அகற்றும் பிணம் தின்னிக் கழுகுகள், காடு, வயல்வெளி மற்றும் பரந்து விரிந்த குப்பைமேடு உட்பட திறந்த வெளிகளில் அழுகிக் கிடக்கும் எலி முதல் மாடுகள் உட்பட பலவகை இறைச்சிகளைத் தின்று துப்புரவுப் பணி மேற்பார்வை வல்லூறுகள், தேன், பூரான், விஷ வண்டுகளைக் காலி செய்யும் காடை கரிச்சான் போன்ற பறவைகள் அழிந்து விட்டதோ என்ற ஐயமும் அச்சமும் இப்போது ஏற்பட்டுள்ளது.

தாமிரபரணி ஆற்றின் மூலம் சுமார் 800 குளங்கள் நீர்ப்பாசனம் பெறுகின்றன. அவற்றில் சுமார் 70க்கும் மேற்பட்ட நீர்வாழ் பறவை வகைகள் உள்ளன.

தாமிரபரணி நீர் பாசனத்துக்கு உட்பட்ட நீர்நிலைகளுக்கு மட்டும் இவ்வாண்டு 38,000 நீர்நிலை வாழ் பறவைகள் இருப்பதாக புள்ளி விபரங்கள் தெரிவிக்கின்றன. அவற்றில் 68 பறவை வகைகள் உள்ள தாகவும் இது கடந்த ஆண்டை விட 3 மடங்கு அதிகம் எனவும் கணக்கெடுப்பின் மூலம் கிடைக்கும் தகவலாக உள்ளது.

இந்த கணக்கெடுப்பில் கிடைக்கும் தகவல்கள் உலக அளவில் பறவைகளின் புலம்பெயர்வு பற்றி ஆராய்ச்சி செய்யும் ஆய்வாளர்களுக்கு பெரும் உதவியாக இருக்கும்.

பறவைகள் அழிவதை ஓர் உயிரினம் அழிவதாக மட்டும் நினைத்தால் அது அறியாமையாகும். அழிந்து வரும் ஒவ்வொர் உயிரினமும் உலகம் அழிவை நோக்கி பயணிப்பதை உணர்த்துகிறது.

ஆனைமலை சுற்றுப் பகுதிகளில் நெல் சாகுபடி செய்த நிலங்களில் அழிந்து வரும் பறவை இனமான வெண் கழுத்து நாரைகள் அதிக அளவில் காணப்படுகிறது.

விளைநிலங்கள் நீர்நிலைகளில் காணப்படும் மீன், தவளை, நத்தை, புழுக்கள், நண்டு, பூச்சிகள், வெட்டுக்கிளி உள்ளிட்டவற்றை உண்டு, உயிர் வாழும் இப்பறவை வேட்டையாடுதல், சுருங்கி வரும்

விளைநிலங்கள், ஆக்கிரமிப்புகளால் காணாமல் போகும் நீர்நிலைகள் உள்ளிட்ட காரணங்களால் நாளுக்கு நாள் அழிந்து வருகிறது.

அண்மைக் காலத்தில் விவசாயத்துக்குப் பயன்படுத்தி வரும் வேதியியல் பூச்சிக் கொல்லி உரங்களால் விவசாய நிலங்களில் மீன், தவளை, வெட்டுக்கிளி உள்ளிட்டவை மரணிக்கின்றன. இது வெண் கழுத்து நாரை உள்ளிட்ட பறவைகளுக்கு உணவில்லாத நிலையை ஏற்படுத்துகிறது.

நீலகிரியில் வாழ்கின்ற இருவாசிப் பறவை அழிந்து போனால் அதோடு தொடர்புடைய பத்து வகை மரங்களும் அழிந்து போகும். காரணம் இருவாசிப் பறவைகள் சாப்பிட்டு வெளியேற்றுகிற விதை களுக்குத்தான் முளைக்கும் திறன் இருக்கிறது. அதனால்தான் மரங்கள் செழித்து வளர்கின்றன என்கின்றனர் வல்லுனர்கள்.

மனிதனின் நாகரிக வளர்ச்சியும் அறிவியல் முன்னேற்றமும் ஏனைய உயிரினங்களுக்கு முற்றுப்புள்ளி வைக்கத்தான் உதவியிருக்கின்றன. கடந்த 250 ஆண்டுகளில் காடுகளில் இருந்த 600 தாவர இனங்கள் அழிந்து போயிருக்கின்றன என்று விரிவான ஒரு ஆய்வின் மூலம் தெரிய வந்துள்ளது.

தாவர இனங்கள் அழிவது இயற்கையாக எதிர்பார்க்கப்பட்டதைக் காட்டிலும் 500 மடங்கு வேகமாக நிகழ்கிறது என்று விஞ்ஞானிகள் கூறுகின்றனர். ஒரு மில்லியன் விலங்கு மற்றும் தாவர இனங்கள் அழிவின் விளிம்பில் இருப்பதாக ஐ.நா அறிக்கை கூறுகிறது.

அழிந்து போன தாவர இனங்களில் சிலி சந்தன மரமும் அடங்கும். அது அத்தியாவசியமான எண்ணெய் தயாரிப்புக்காக அழிக்கப் பட்டுள்ளது.

நிலத்துக்கடியில் அதிக வளர்ச்சியைக் கொண்டிருக்கும் ட்ரினிட்டி தாவர இனம், இளஞ்சிவப்பு நிற பூக்களைக் கொண்ட செயின்ட் ஹெலினா ஆலிவ் மரம் ஆகியவையும் இதில் அடங்கும்.

அதிக மதிப்புமிக்க மூங்கில் மரங்களைக் கொண்டிருந்த தீவுகள் மற்றும் வெப்ப மண்டலங்களில் மிகப் பெரிய இழப்புகள் ஏற்பட்டுள்ளன.

பூமியின் மீதுள்ள அனைத்து உயிர்களும் தாவரங்களைச் சார்ந்தே உள்ளன. நாம் சுவாசிப்பதற்கான ஆக்ஸிஜனையும் சாப்பிடுவதற்கான உணவையும் தாவரங்கள்தான் தருகின்றன.

பல லட்சம் உயிரினங்கள் உயிர் வாழ்வதற்குத் தாவர இனங்களைச் சார்ந்துள்ளன. இதில் மனிதர்களும் அடங்குவர். உணவு, நிழல், கட்டுமானப் பொருள்களுக்கு நேரடியாக நாம் தாவரங்களைச் சார்ந்திருக்கிறோம்.

தாவர இனங்கள் அழிவது என்பது பறவை முதலான அனைத்து உயிரினங்களுக்குமே ஒரு கெட்ட செய்தியாகவே பார்க்கப்படுகிறது. இந்தியாவில் பறவைக் காய்ச்சல் அதிக அளவில் பரவிய காலகட்டத்தில் பறவைகள் உயிரிழப்பு அதிகமாகவே இருந்துள்ளது.

நமது நாட்டின் தேசியப் பறவையாகத் திகழும் மயில் விவசாய நிலங்களை சேதப்படுத்துகிறது என்று மருந்து வைத்து கொல்லப்பட்டு வருவதால் தேசியப் பறவையான மயில் அழிவின் விளிம்பில் உள்ளது. இவைகள் மட்டுமல்லாது அவ்வப்போது சேதங்களை விளைவிக்கும் புயல்களாலும் பறவைகள் கடுமையாக பாதிக்கப்

படுகின்றனர். இந்தப் புயலானது பல்லாயிரக்கணக்கான மரங்களை வேரோடு சாய்க்கின்றன.

பெரும்பான்மையான பறவை இனங்கள் மரத்தில் கூடு கட்டி இன்பமாக வாழ்பவை. தன்னிச்சையாக அலைந்து திரிந்து தேடிய இறையை மகிழ்ச்சியோடு உண்ணுகின்ற பறவைகளை செல்ல பிராணி என்ற பெயரில் வீட்டில் அடைத்து வைத்து வளர்ப்பு என்று கொடுமைப்படுத்துகின்றனர் என பறவைகள் ஆய்வாளர்கள் குற்றம் சுமத்துகின்றனர்.

பறவை மறைமுகமாக மரங்களை வளர்க்கின்ற அற்புதமான ஒரு பணியினை செய்து வருகின்றன. பறவை இல்லையேல் மரம் இல்லை. மரம் இல்லையேல் மழை இல்லை. மழை இல்லையேல் மனித குலம் படும்பாடு திண்டாட்டம்தான்.

4. பறவை இனத்தின் வாழ்வியல்

இறக்கைகள் கொண்ட இரு காலியைப் பறவை என்கிறார்கள். விலங்குகளிலேயே இறகுகள் உள்ள ஒரே வகுப்பு பறவையினம் தான்.

பல பறவைகள் பறப்பதையே முக்கியமான சிறப்பியல்புகளாகக் கொண்டிருப்பினும் சில பறவைகள் பறக்க முடியாதவையாகும். குறிப்பாக தீவுகளில் வசிப்பவை பறக்கும் இயல்பை இழந்து விட்டன.

பறக்க முடியாத பறவைகளுள் பெங்குயின்கள், தீக்கோழிகள், நியூசிலாந்தின் கிவிகள், அழிந்து போன டோடோக்கள் என்பன அடங்குகின்றன. பறவைகளின் உள்ளமைப்பு மற்ற வகைகளின் கலவையாக உள்ளது. பறவைகள் முதுகெலும்புள்ளவை. பாலூட்டி களைப் போல நான்கு அறை இதயத்தையும், வெதுவெதுப்பான இரத்தத்தையும் கொண்டவை.

இதன் காரணமாக சீரான தன் உடல் வெப்பத்தையும் வேறு பட்ட சூழ்நிலைகளில் வாழும் தன்மையையும் பெறுகின்றன. ஆனால் ஊர்வன போன்று முட்டையிட்டு குஞ்சு பொரிக்கின்றன.

பறவைகள் பல பரும அளவிலும், பல தரப்பட்ட எடையின் அளவிலும் காணப்படுகின்றன. மனிதர்களுடைய விரல் நீளத்திலும் 1.8 கிராம் எடையுமே உள்ள மிகச்சிறிய பறவையான ஒருவகை தாரிச்சிட்டு முதல் 9 அடி உயரமும் 156 கிலோ எடையும் உள்ள பெரிய தீக்கோழி மற்றும் ஈமு வரை பறவைகள் பல தரப்பட்டு காணப்படுகின்றன. அதிக எடையுள்ள பறக்கும் பறவையான கானமயில் 18 கிலோ வரை பெருக்கும்.

பறவைகளில் மணிக்கு 160 கி.மீ. வரை விரைவில் பறக்கும் இனமும் உண்டு. நிலம், நீர், வானம் இவற்றில் விரைந்து, நகரக்கூடிய விலங்கினங்கள் யாவற்றினும் மிக விரைந்து செல்லக்கூடியது. பறவையினத்தைச் சேர்ந்த அலையும் வல்லூறு எனும் பறவை யாகும். சில பறவைகள் 17,000 கி.மீ. வரை நெடுந்தொலைவு செல்பவை.

பறவைகளின் சிறகுகளில் உள்ள முக்கிய பொருள் 'கெரோட்டின்' நமது தலைமுடி, விரல் நகம் ஆகியவற்றில் உள்ள அதே கெரோட்டின். ஆனால் நமது தலைமுடி, நகங்களைப் போல் தொடர்ந்து வளர்ந்து கொண்டே போகாமல் ஓர் அளவுடன் நின்று விடும். இதனால் பெரும்பாலான வளர்ந்த பறவைகள் வருடம் ஒரு முறையாவது சிறகுகளை உதிர்த்து புதுப்பித்துக் கொள்ளும்.

இந்த சிறகுகள் எடை குறைவான ஆனால் வலுவான பறப்பதற்கேற்ற ஏரோடைனமிக் மேற்பரப்பை பறவைகளுக்கு அளிக்கிறது. பறக்கும்போது சிறகுகள் இடையே சிறு சிறு காற்று பொட்டலங்கள் ஏற்பட்டு மிக வெப்பம், குளிர் ஆகியவற்றிலிருந்து பறவைகளைக் காக்கிறது.

பறவைகள் பெரும்பாலும் கூரிய பார்வை கொண்டவை. ஒரு கண்ணுக்கு மூன்று இமைகள் இருக்கும். மேல் இமை மனிதர்களின் கண் இமையைப் போன்றது. கீழ் இமை தூங்கும்போது மட்டும் மூடிக்கொள்ளும்.

இது தவிர பக்கவாட்டில் அலகின் அருகிலிருந்து துவங்கும் ஒரு மெலிதான தோல் உண்டு. அது ஒளி ஊடுருவக் கூடிய தோல், கண்களை ஈரப்படுத்தவும், காற்று அதிக வெளிச்சத்திலிருந்து காக்கவும் உதவுகிறது.

பறவைக்கு காது மிக முக்கியமானது. ஆனால் முழுவதும் உள்புறமாகவே அமைந்துள்ளது. கண்ணுக்குச் சற்று கீழே சிறிய துளை இருக்கும். பெரும்பாலும் சிறிய இறகுகளால் மூடப்பட்டிருக்கும். பறவைகளுக்கு காது ஒலியை கேட்பதற்காக மட்டுமல்லாமல் பறக்கும்போது ஈடான உடல் நிலைக்காகவும் தேவைப்படுகிறது.

பறவைகளின் மூளை பலவிதங்களில் முழுமை பெற்றது. பறக்கும் போது விமானத்தைப் போல உடலில் அனைத்து இயக்கங்களின் ஒருங்கிணைப்பு, உள்ளுணர்வு, உடனடியாக உணர்ந்து கொண்டு திசை மாறுதல் போன்றவற்றை செயல்படுத்துகிறது.

பறவைகளின் அறிவுத்திறனும் வியப்பூட்டுமாறு சிறப்பாக உள்ளது. மனித மூளையில் உள்ள சிந்திக்கும் பகுதியான பெருமூளைப்புறணி பறவைகளில் மிகப் பின்னடைந்த நிலையிலேயே உள்ளது.

ஆனால் மனிதர்களுக்கும், பிற பாலூட்டிகளுக்கும் இல்லாத மீயடுக்கு மூளை என்னும் ஒரு பகுதி பறவைகளில் மூளையில் உள்ளது.

பொதுவாக அறிவுத்திறனுக்கு உதவுவதாக கருதும் பெருமூளைப் பிறணிக்கு மாறாக பறவைகளில் இந்த மீயருக்கு மூளை இத் திறமைக்கு உறைவிடமாக இருக்கக் கூடும் எனக் கருதுகின்றனர்.

ஏனெனில் அறிவுத்திறனும் கொண்டதாக கருதப்படும் பறவைகளில் இப்பகுதி பெரிதாக இருக்கின்றது. இந்தப் பகுதியே பாடும் பறவைகள் பாட்டுக்களை கற்றுக் கொள்ள உதவுகிறது.

பறவைகளின் அறிவுத்திறனுக்கும் இதுவே காரணமாக இருக்கலாமென்று அறிவியலாளர்கள் கருதுகிறார்கள்.

பறவைகளுக்கு அலகுகள் அதன் உணவு முறைக்கு ஏற்றவாறே அமைந்துள்ளன. வானம்பாடி போன்ற மலர்களில் தேன்குடிக்கும்

பறவைகளுக்கு நீண்ட நுண்ணிய அலகும், கழுகு, ஆந்தை போன்ற ஊன் தின்னிப் பறவைகளுக்கு சதையைப் பிய்த்து உண்ண ஏற்ற வாறு உறுதியான கூர் அலகும், மீன்களை உண்டு வாழும் வாத்து போன்ற பறவைகளுக்கு வழுக்கவல்ல இறையைப் பிடித்துக் கொள்ள வாகான ரம்பம் போன்ற விளிம்புடைய அலகுகளும், பழங்கொட்டைகளை உடைக்க உறுதியான அலகு, மரங்கொத்திப் பறவைக்கு உளி போன்ற உறுதியும் கூர்மையும் கொண்ட அலகுகள் அமைந்துள்ளன.

சில பழக்கொட்டைகள் தின்னும் பறவைகள் சிறிய கூழாங் கற்களையும் சேர்த்து உண்ணுகின்றன. இவை வயிற்றில் கொட்டை களை நொறுக்க உதவுகின்றன. குஞ்சுகளுக்கு இரை எடுத்துச் செல்ல பல பறவைகள் வாய்க்குள் சிறிய பை போன்ற உறுப்புகளை கொண்டுள்ளன.

பறவைகளில் சைவமும், அசைவமும் உண்டு. காக்கை போன்றன இரண்டையுமே உண்கின்றன. சில பறவைகள் சிறப்பாக குறிப்பிட்ட சில இரைகளை மட்டுமே உண்ணும் உதாரணமாக எவர்கிளேட் கைட் என்ற பறவை நத்தைகளை மட்டுமே உண்ணும்.

பறவைகள் வாழ்நாளில் பெரும் பகுதியை இரை தேடவும், உண்ணவுமே செலவழிக்கின்றன. அதிக எடை பறப்பதற்கு இடைஞ்சல் என்பதால் பறவைகளால் உடலில் உணவைச் சேமித்து வைக்க இயலாது. சிறிய பறவைகள் அடிக்கடி உண்பது அவசிய மாகிறது.

பறவைகளுக்கு மனிதனைப் போல நீண்ட நேரம் தூக்கம் தேவைப்படுவதில்லை. மூளைக்கு ஓய்வளிப்பதற்காக உறங்குவது மில்லை. தசைகளைத் தளர்த்தவும், சக்தியை சேமிக்கவும் மட்டுமே தூக்கம் தேவைப்படுகிறது.

இரவில் வேட்டையாடும் ஆந்தை போன்றவை தவிர பெரும் பாலான பறவைகள் பகலில் விழித்து இரவில் உறங்குகின்றன. குஞ்சு பொரிக்கும் காலங்களில் மட்டுமே கூட்டில் உறங்குகிறது. மற்ற நேரங்களில் கிளையோ, மரப்பொந்தோ சில சமயம் ஒற்றைக் காலிலோ கிடைத்த இடத்தில் உறங்கிக் கொள்ளும்.

பறவைகளுக்கு அவற்றின் நிறமே சிறந்த தற்காப்பாக அமைந்திருக்கிறது. பல பறவையின் சிறகுகள் அவை வாழும் நிலத்திற்கு ஏற்றவாறும் நிறத்திலும் சாயலிலும் ஒத்து உருமறைப்புத் தன்மையைக் கொண்டிருப்பதால் அது தற்காப்பாக அமைந்து விடுகிறது.

உள்ளான், கானாங்கோழி போன்ற பறவைகள் மரங்களிலிருந்து விழும் தழைகளின் இடையிலும், புல், பூண்டு இவற்றின் இடையிலும் வாழ்கின்றன.

அவற்றின் உடல் அமைப்பு வளைந்த கோடுகளையும், திட்டுக்களையும் கொண்டதாய் எளிதில் கண்டு கொள்ள முடியாதவாறு இருக்கின்றது.

வேட்டையாடப் படுகின்ற கவுதாரி, காடை போன்ற பறவைகளின் நிறம் அவை வாழ்கின்ற வயல் மண்ணின் நிறம் போல பழுப்பாகவும் ஆங்காங்கே கரும்புள்ளிகள் உடையதாகவும் இருப்பதால் பக்கத்தில் போகும்போது கூட அவற்றை எளிதில் கண்டு கொள்ள முடியாது.

❋

5. தமிழ்நாட்டில் காணப்படும் சில பறவைகளின் பட்டியல்

தமிழ்நாட்டில் 500க்கும் மேற்பட்ட வகை பறவை இனங்களைப் பார்க்கலாம்.

சில முக்கியமான பறவை இனங்களின் பட்டியலைப் பார்க்கலாம்.

1. முக்குளிப்பான்கள்
2. கூழைக்கிடாக்கள், மாலுமிப்பறவைகள்
3. குழாய் மூக்கிகள், கடல் குருவிகள்
4. நீர்க்காகங்கள்
5. பாம்பு தாராக்கள்

6. குருகுகள், கொக்குகள், சிறிய நாரைகள்
7. பெரிய நாரைகள்
8. அரிவாள் மூக்கன்கள், கரண்டிவாயன்
9. வாத்துகளும், தாராக்களும்
10. பருந்துகள், கழுகுகள்
11. வல்லூறுகள்
12. கோழிகள், கவுதாரிகள், காடைகள்
13. கானான்கோழிகள்
14. இலைக்கோழிகள்
15. வரகுக்கோழி
16. உள்ளான்கள்
17. தோல் குருவிகள்
18. உப்புக் கொத்திகளும், ஆள்காட்டிகளும்
19. உள்ளான்களும், கோட்டான்களும்
20. கடல் காகங்கள்
21. ஆலாக்கள்
22. புறாக்கள்
23. கிளிகள்
24. குயில்கள்
25. மயில்கள்
26. ஆந்தைகள்
27. தீக்காக்கைகள்
28. உழவாரக் குருவிகள்
29. மீன்கொத்திகள்
30. பஞ்சரட்டைகள்

31. பனங்காடைகள்
32. இருவாச்சிகள்
33. மரங்கொத்திகள்
34. சிட்டுக்குருவி வகைகள்
35. வானம்பாடிகள்
36. தகைவிலான்கள்
37. வாலாட்டிகள்
38. நெட்டைக்காலிகள், மின்சிட்டுகள்
39. கொண்டைக்குருவிகள்
40. பூங்குருவிகளும், சிரிப்பான்களும்
41. சிலம்பன்கள்
42. கதிர்க்குருவிகளும், தையல் சிட்டும்
43. பட்டாணிக் குருவிகள்
44. பசை எடுப்பான்கள்
45. மலர்கொத்திகள்
46. தேன் சிட்டுகள்
47. வெள்ளைகண்ணி
48. தூக்கணாங்குருவிகள்
49. நாகணவால்கள்
50. மாங்குயில்கள்
51. கரிச்சான்கள்
52. காகங்கள்

இந்திய மாநிலங்களில் தமிழகம் வனப்பரப்பில் 17% பெற்று 14ஆம் இடத்தில் உள்ளது. தமிழகக் காடுகளில் புலி, சிறுத்தை, கரடி, யானை, செந்நாய், ஓநாய், குள்ளநரி போன்ற விலங்கினங்களும், இருவாட்சி, பிணம் தின்னிக்கழுகு, மரகதப்புறா, பூஞ்சிட்டு, பலவித

குக்குறுவான்கள், கொண்டைக்குருவிகள், வானம்பாடிகள் உள்ளிட்ட பறவைகளும், பலவித பூச்சிகள், நீர்நிலைகள், ஏரி, ஆறு, குளம் என பல்வேறு சூழலமைப்புகள் உள்ளன.

தமிழகத்தில் 60 குடும்பங்களாக 360 வகையான பறவைகள் வாழ்ந்து வருகின்றன. நீர்நிலைகளில் பறவைகளைப் பாதுகாக்க 13 பகுதிகளை பறவைகள் சரணாலயங்களாக தமிழக அரசு அறிவித்துப் பாதுகாத்து வருகிறது.

ஆண்டுதோறும் செப்டம்பர் - அக்டோபர் மாதங்களில் தமிழக நீர்நிலைகளை நாடி லட்சக்கணக்கில் பறவைகள் வந்து ஏப்ரல்-மே மாதங்களில் தங்கள் இருப்பிடங்களுக்குத் திரும்பிச் செல்கின்றன.

சாதாரணமாகக் காணும் வெள்ளைக்கொக்கு, நாரைகள், நீர்க் காகங்கள் யாவும் தமிழகத்திற்கே உரித்தான பறவைகள் ஆகும்.

இதில் மாநிலம் விட்டு மாநிலம் செல்லக்கூடியதும், நீண்ட தூரமான சைபீரியா, ஐரோப்பிய நாடுகள், மியான்மர், இலங்கை, பாகிஸ்தான் போன்ற நாடுகளில் இருந்து வரும் பலவித வாத்துக்கள், உள்ளான்கள், ஆலாக்கள் என அனைத்தும் அடங்கும்.

6. வெள்ளோடு பறவைகள் சரணாலயம்

தமிழ்நாட்டில் ஈரோடு மாவட்டம் சென்னிமலையை அடுத்த வெள்ளேடு என்னும் ஊரில் 77.85 ஹெக்டேரல் பரப்பளவில் அமைந்துள்ளது இந்த பறவைகள் சரணாலயம்.

இது ஈரோட்டில் இருந்து 12கி.மீ தொலைவிலும், பெருந்துறையிலிருந்து 5 கி.மீ. தொலைவிலும் உள்ள வெள்ளேட்டில் அமைந்துள்ளது. இங்குள்ள பெரிய ஏரிக்கு ஆண்டின் நவம்பர் முதல் ஏப்ரல் வரையிலான காலத்தில் இந்திய நாட்டிலுள்ள பறவைகளான மஞ்சள் மூக்கு நாரை, கரண்டிவாயன், கூழைக்கடா, நத்தைக்குத்தி நாரை, வெள்ளை அரிவாள் மூக்கன் போன்றவைகள் வருகின்றன.

இவை தவிர வெளிநாடுகளிலிருந்தும் 109 வகையான பறவைகள் வந்து செல்கின்றன. குறிப்பாக ஆஸ்திரேலியா மற்றும் ஆஸ்திரியா நாடுகளில் இருந்து பெலிகன் பறவைகள் பெருமளவில் இங்கு வருகின்றன.

இங்கு வரும் பறவைகள் நான்கு மாத காலம் வரை தங்கி இருப்பதுடன் முட்டையிட்டு குஞ்சு பொரித்து இனப்பெருக்கம் செய்து அவற்றுடன் திரும்பிச் செல்வதை வழக்கமாகக் கொண்டுள்ளன.

✹

கரிக்கிலி பறவைகள் சரணாலயம்

சென்னையிலிருந்து 86 கி.மீ. தொலைவில் மதுராந்தகம், செங்கல்பட்டிற்கு அருகில் 61.21 ஏக்கர் பரப்பளவில் கரிக்கிலி பறவைகள் சரணாலயம் அமைந்துள்ளது. செப்டம்பர் மாத துவக்கத்தில் கரிக்கிலியை நாடி வரும் பறவைகள் ஏப்ரல் வரை காணப்படுகின்றன.

✹

7. பழவேற்காடு பறவைகள் சரணாலயம்

பழவேற்காடு ஏரி பறவைகள் காப்பகம் தமிழ்நாட்டின் திருவள்ளூர் மாவட்டத்தில் அமைந்துள்ள பறவைகள் காப்பகம் ஆகும். பழவேற்காடு ஏரியின் மொத்தப் பரப்பளவு 481 ச.கி.மீ. ஆகும். இதில் 153.67 ச.கி.மீ. தமிழ்நாட்டின் எல்லையிலும், எஞ்சிய பகுதி ஆந்திர பிரதேசத்தின் உட்பட்ட நெல்லூர் மாவட்டத்திலும் அமைந்துள்ளது.

பழவேற்காடு ஏரி இந்தியாவில் ஓரிசா மாநிலத்திள்ள சிலிக்கா ஏரிக்கு அடுத்து பெரிய கடற்கரைக் காயல் ஆகும். இந்த ஏரி உலகிலுள்ள முக்கியமான பறவை வாழ்விடங்களில் ஒன்றாகும். இந்த ஏரியின் பாதுகாக்கப்பட்ட பகுதியில் 108 ச.கி.மீ. தேசிய பூங்காவாகும். இந்த ஏரி கடல் மட்டத்திலிருந்து 100 முதல் 1200 மீட்டர் உயரத்தில் உள்ளது.

இங்கு 160 வகையான மீன்களும், 12 வகையான இறால்களும், 19 வகையான மெல்லுடலிகளும், 100 வகையான பறவைகளும் காணப்படுகிறது. இவ்விடம் பூநாரைகளுக்கு மிகவும் புகழ்ப் பெற்றதாகும். சென்னையில் இருந்து 90 கி.மீ. தொலைவிலும், பொன்னேரியிலிருந்து 19 கி.மீ. தொலைவிலும் பழவேற்காடு பறவைகள் காப்பகம் அமைந்துள்ளது. நவம்பர் முதல் பிப்ரவரி வரையிலான மாதங்கள் சரணாலயத்தைக் காண ஏற்ற நாட்களாகும்.

✹

8. கரைவெட்டி பறவைகள் காப்பகம்

கரைவெட்டி என்பது தமிழ்நாட்டின் அரியலூர் மாவட்டத்தில் உள்ள ஒரு சிறிய ஊர். இவ்வூரில் இச்சரணாலயம் அமைந்துள்ளதால் இவ்வூரின் பெயரிலேயே கரைவெட்டி பறவைகள் காப்பகம் என அழைக்கப்படுகிறது.

இவ்வூரில் உள்ள பறவைகள் சரணாலயம், தமிழ்நாட்டிலேயே மிகப்பெரிய பறவைகள் சரணாலயம் ஆகும். இங்கு ஆண்டுதோறும் உலகின் பல பகுதிகளில் இருந்தும் பறவைகள் வருகின்றன.

இச்சரணாலயத்திற்கு மத்திய ஆசியா, திபெத், லடாக் வடக்கு ரஷ்யா, சைபீரியா போன்ற நாடுகளில் இருந்து பறவைகள் வந்து செல்கின்றன. ஒவ்வோர் ஆண்டும் அக்டோபர் மாதம் முதல் மே மாதம் வரையில் தங்கிச் செல்கின்றன.

பகல் நேரங்களில் அருகில் உள்ள அறுவடை செய்யப்பட்ட வயல் களில் சிதறிக் கிடக்கும் நெல் மணிகளைத் தின்பதற்காகவும், நிகழ் வெளிக்காகவும் செல்கின்றன.

மாலை வேளையில் எங்கிருந்தாலும் வழி தவறாது சரணாலயத்திற்கு வந்து விடுகின்றன. அதனால் பகல் வேளைகளில் வெறிச்சோடியது போல காணப்படும் இச்சரணாலயம், மாலை வேளைகளில் கண் களுக்கு இதமாகக் காட்சியளிக்கிறது. உரிய காலத்தில் 50க்கும் மேற்பட்ட வகையான நீர்ப்பறவைகளும், 37 வகையான நிலப் பறவைகளும் வந்து செல்கின்றன.

இங்கு வரும் பறவை இனங்களில் கூழைக்கிடா, வெள்ளை அரிவாள் மூக்கன், சாம்பல் நிறக்கொக்கு, மைல்கால் கோழி, ஆலா, கரண்டி மூக்கன், நத்தை கொத்திநாரை, பாம்பு நாரை, கொசு உல்லான், சிறிய கொக்கு, முக்களிப்பான், வண்ண நாலை, மடையான், உண்ணி கொக்கு, நாமக்கோழி, சிறைவி, நீர்காகம் உள்ளிட்டவை நீர்வாழ் பறவைகளாகும்.

ஆள்காட்டி குருவி, பருந்து, சிட்டு, வேதவால் குருவி, மஞ்சள்குருவி, மஞ்சுதிருடி, மரங்கொத்தி பறவை, மைனா, புறா, மணியன் காக்கா, அண்டங்காக்கா, மயில், கல்குருவி, நாராயணபட்சி ஆகியவை நிலவாழ் பறவைகளாகும்.

இங்கு இப்பறவைகள் தங்கி இருக்கும் காலங்களில் அவற்றுக்குப் போதுமான உணவு வகைகள் எப்போதும் கிடைக்கிறது என்பதே இப்பறவைகளின் வருகைக்கு முக்கியக் காரணம். பல ஆயிரம் கி.மீ. தெலைவில் இருந்தும் இங்கு வரும் பறவைகள் இங்கேயே தங்கி

விடுவதும் உண்டு. இங்கு வந்து செல்லும் ஒவ்வொரு வகையான பறவைக்கும் ஒவ்வொரு குணாதிசயங்கள் உண்டு. திபெத் மற்றும் லடாக் பகுதியில் இருந்து வரும் வரித்தலை வாத்து அதிக உயரத்தில் பறக்கும் நீர்ப்பறவையாகும்

பாம்பு நாரை எனும் பறவை தண்ணீரில் மூழ்கினால் இரை யோடுதான் மேலே வரும். இப்படி ஒவ்வொரு பறவைக்கும் ஒவ்வொரு சிறப்பம்சம் உண்டு.

கடந்த சில ஆண்டுகளுக்கு முன்பு வரையில் இங்கு வரும் இறைவி எனும் பறவையினங்கள் அருகில் உள்ள வயல்வெளிகளுக்குச் சென்று நெல் போன்ற விவசாயப் பயிர்களை சேதப்படுத்தி விடுவ தாக விவசாயிகள் ஆதங்கப்பட்டனர். ஆனால் இன்று விவசாயிகளுக்கு இப்பறவையினங்கள் பலன் தரும் நண்பர்களாக மாறியுள்ளன.

இந்தச் சரணாலயத்தில் இருக்கும் பறவைகளின் எச்சங்கள் தண்ணீரில் கலந்து அந்தத் தண்ணீரை விவசாயத்திற்குப் பயன் படுத்துவதால் விளைச்சலில் நல்ல பலன் ஏற்பட்டிருப்பதாக விவசாயிகள் கூறுகின்றனர்.

9. வேடந்தாங்கல் பறவைகள் சரணாலயம்

காஞ்சிபுரம் மாவட்டத்தில் உள்ள ஊர்தான் வேடந்தாங்கல். இவ்வூரில் உள்ள பறவைகள் சரணாலயம் மிகவும் புகழ் பெற்றது. இங்கு ஆண்டுதோறும் உலகின் பல பகுதிகளில் இருந்தும் பறவைகள் வருகின்றன.

இவ்விடத்திற்கு கனடா, சைபீரியா, பங்களாதேசம், பர்மா, ஆஸ்திரேலியா முதலிய நாடுகளில் இருந்து பறவைகள் வருகின்றன. அக்டோபர் முதல் மார்ச் வரையிலான பருவத்தில் ஆயிரக்கணக் கான பறவைகள் இங்கு தங்கி முட்டையிட்டுக் குஞ்சு பொறிக்கும்.

VEDANTHANGAL BIRD SANCTUARY
WELCOMES YOU

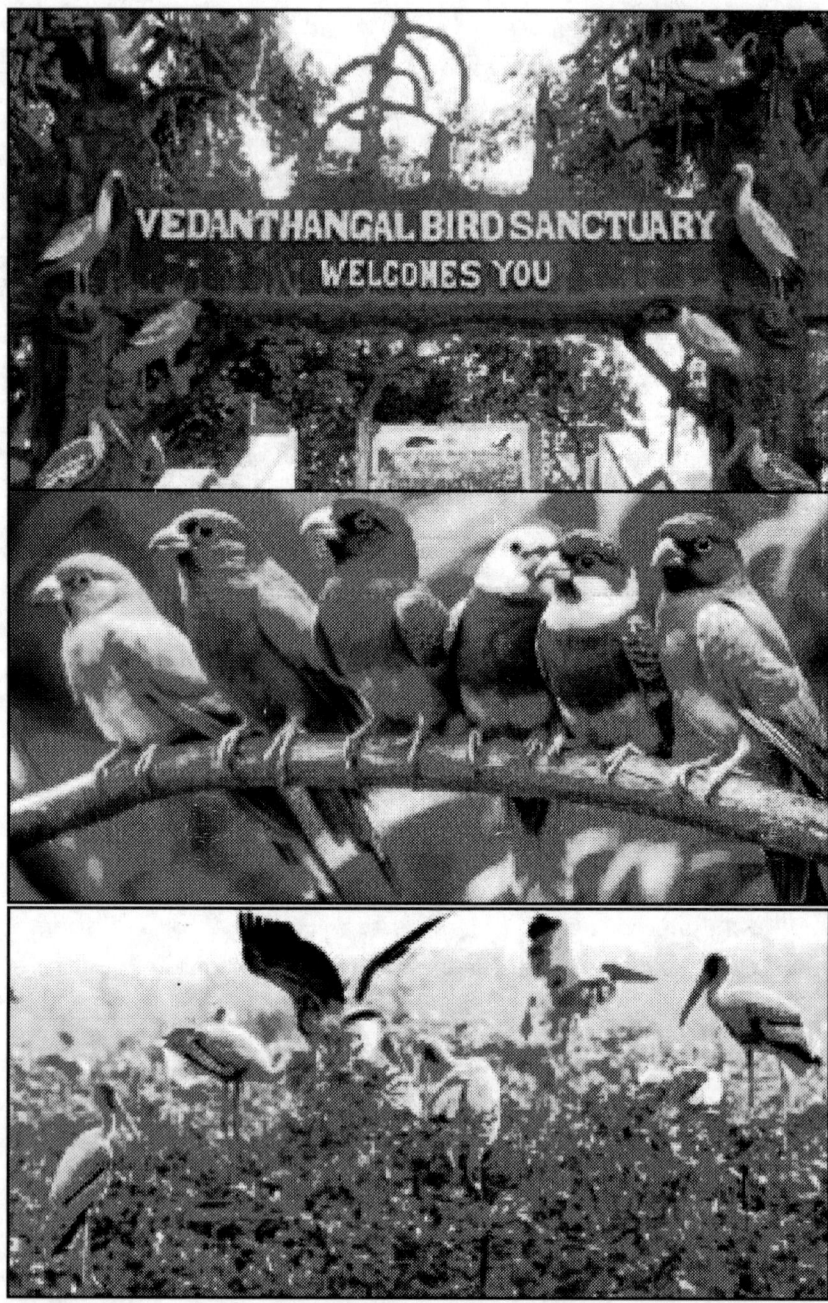

இங்கு வரும் பறவைகளில் நீர்க்காகங்கள், பலவித கொக்குகள், நாரைகள், கூழைக்கடா, நீர்க்கோழி போன்றவை குறிப்பிடத் தக்கவை. நம் நாட்டின் சிறிய பறவைகளின் புகலிடங்களில் ஒன்றாகவும் மிகவும் பழமை வாய்ந்ததுமான வேடந்தாங்கல் சிறப்பான வரலாற்றைப் பெற்றுள்ளது.

வெகு நாட்கள் முன்னிலிருந்தே இக்கிராமத்து மக்கள் பறவை எச்சங்கள் வயல்வெளிகளுக்கு இயற்கை உரங்களாக இருக்கும் என்பதை உணர்ந்திருந்தனர்.

இங்கு 400 ஆண்டுகளுக்கு முன்னிலிருந்தே பல்வேறு நாடுகளில் இருந்து பறவைகள் வந்து சென்றுள்ளன. 1700 ஆம் ஆண்டுகளில் கிராம உள்ளூர் பண்ணையார்கள் பறவைகளை வேட்டையாடும் இடமாக இது இருந்துள்ளது.

அவர்களைத் தொடர்ந்து 180 நூற்றாண்டில் ஆங்கிலேயர்கள் வேட்டையாடி பொழுதை கழிக்க வேடந்தாங்கலை பயன்படுத்திக் கொண்டனர்.

வேடந்தாங்கல் என்றால் வேடர்களின் கிராமம் என்று அர்த்தம்.

கிராம மக்களின் வேண்டுகோளுக்கிணங்க 1797 ஆம் ஆண்டு செங்கல்பட்டு மாவட்ட ஆட்சியராக இருந்த இலயோனசு பிளெசு என்பவர் வேடந்தாங்கலைப் பறவைகள் சரணாலயம் என்று ஆய்வு செய்து பத்திரம் வெளியிட்டார்.

வேடந்தாங்கலுக்கு குடிபெயர்ந்து வரும் பறவைகள் உள்ளன. எனிலும் அவையனைத்தும் இங்கு இனப்பெருக்கம் செய்வதில்லை. ஏனெனில் ஒரு பறவையினம் எங்கு இனப்பெருக்கம் செய்கிறதோ அதுவே அதன் தாய் நாடாகும்.

அதாவது ஒரு பறவை இந்தியாவில் இனப்பெருக்கம் செய்தால் அது இந்தியத் துணைக்கண்டப் பறவை என்று தான் இனங்காட்டப் படும்.

வேடந்தாங்கலுக்கு வரும் ஐரோப்பிய பறவையினங்களான ஊசிவால் வாத்து, உள்ளான் போன்றவை ஐரோப்பியக் குளிரைத்

தவிர்ப்பதற்காக பலவிடங்களுக்கு செல்லும் வழியில் இந்து வந்து செல்லும். அதாவது அவை தம் இனப்பெருக்கவிடமான அவற்றின் தாய் நாட்டிலிருந்து உணவிடமான குடிபெயர் நாட்டிற்குச் செல்கின்றன.

வேடந்தாங்கலுக்கு வரும் வலசைப் பறவைகள் கிளுவை, ஊசிவால் வாத்து, நீலச்சிறகி, தட்டைவாயன், பச்சைக்காலி, பவளக்காலி முதலியனவாகும்.

வேடந்தாங்கலில் காணப்படும் உள்நாட்டுப் பறவைகள், உண்ணிக் கொக்கு, சின்னக் கொக்கு, சிறிய நீர்க்காகம், கூழைக்கிடா, மஞ்சள் மூக்குநாரை, பாம்புத்தாரா, வெள்ளை அரிவாள் மூக்கன், மடை யான், நத்தை குத்திநாரை, முக்குளிப்பான், கொண்டை நீர்க்காகம், வக்கா முதலியனவாகும்.

✹

10. வடுவூர் பறவைகள் சரணாலயம்

திருவாரூர் மாவட்டத்தில் மன்னார்குடிக்கும், தஞ்சாவூருக்கு மான நெடுஞ்சாலையில் தஞ்சாவூரிலிருந்து 25 கி.மீ. தூரத்தில் உள்ளது வடுவூர் பறவைகள் சரணாலயம். இது 1999ல் வடுவூர் ஏரி பறவைகள் சரணாலயமாக அறிவிக்கப்பட்டது.

மேட்டூர் அணையிலிருந்து சாகுபாடிக்கென திறந்து விடப்படும் தண்ணீர் இங்கு சேமிக்கப்பட்டு பயன்படுத்தப்பட்டு வருகிறது. வடகிழக்கு பருவமழையின்போது இயல்பாக பெறப்படும் மழை நீரும் சேர்ந்து இங்கு பறவைகள் இறங்கி ஏற வழிவகை செய்து விடுகிறது.

இங்கு நடைபாதை பறவைகளைப் பார்க்க கோபுரங்கள், அமர்ந்து கொள்ள நாற்காலிகள், சிமெண்ட் இருக்கைகள் போன்றவை அமைக்கப்பட்டுள்ளன. இந்த சரணாலயத்துக்கு 40க்கும் மேற்பட்ட நீர்ப்பறவைகள் வந்து செல்கின்றன. நவம்பர் மாதத்தில்

அதிகபட்சமாக 2,00,000 பறவைகள் வந்துள்ளன. நவம்பர் மற்றும் டிசம்பர் மாதங்கள் இங்கு செல்வதற்கு ஏற்ற காலங்கள்.

அப்போது அதிகளவான பறவைகள் இங்கு வரும். வடுவூர் பறவைகள் சரணாலயத்தில் வெள்ளை அரிவாள் மூக்கன், மஞ்சள் மூக்கு நாரை, கூழைக்கிடா, ஊசிவால் வாத்து, நீர்க்காகம், கிளுவை ஹெரான், துடுப்புவாயன், பாம்புத்தாரா, நாமக்கோழி, தாழைக் கோழி போன்ற 40க்கும் மேற்பட்ட வகையான நீர்ப்பறவைகள் உள்ளன.

11. உதயமார்த்தாண்டபுரம் பறவைகள் சரணாலயம்

திருவாரூர் மாவட்டத்தில் 45 கி.மீ. பரப்பளவில் அமைந்துள்ள ஒரு பறவைகள் காப்பகமாக இது திகழ்கிறது.

பிப்ரவரி மற்றும் மார்ச் மாதங்களில் அதிக எண்ணிக்கையில் இங்கு காணப்படும் ஊதா கானான்கோழி மற்றும் நத்தை குத்தி நாரைகள் முதலியன இச்சரணாலயத்தின் முக்கிய அம்சமாகும்.

இவை தவிர இங்கு வெள்ளை அரிவாள் மூக்கன், இந்தியப் பாரை நாரை, வெண்கழுத்து நாரை, சாம்பல் நாரை, நாமக்கோழி, ஊதா நாரை, சிறிய நீர்க்காகம், துடுப்புவாயன், செங்கால் நாரை முதலிய பறவைகள் இங்கு காணப்படுகின்றன.

உதயமார்த்தாண்ட பறவைகள் சரணாலயத்தில் காணப்படும் பறவை இனங்களின் சில பட்டியலிடப்பட்டுள்ளது. நத்தை குத்தி நாரை, நீலத்தாழைக்கோழி, இரவு நாரை, பாம்புத்தாரா, கூழைக்கிடா, துடுப்பு வாயன், நாமக்கோழி, வெள்ளை ஐபிஸ், இந்திய பாறை நாரை, வெள்ளை கழுத்து நாரை, சாம்பல் ஹெரான், சிறிய நீர்க்காகம் மேலும் பல வகைப் பறவைகள் இங்கு காணப்படு கின்றன.

மேலும் சைபீரியா, ரஷ்யா, திபெத் உள்ளிட்ட நாடுகளின் பறவைகளும் இந்த சரணாலயத்துக்கு வந்து செல்கின்றன.

மேட்டூர் அணையிலிருந்து நீர் பெறுகின்ற ஒரு பாசன ஏரியால் பாசன வசதி பெறுகிறது. செப்டம்பர் முதல் டிசம்பர் வரை சுமார் 10,000 பறவைகள் எண்ணிக்கை உயர்கிறது.

12. மேலச்செல்வனூர் – கீழச்செல்வனூர் பறவைகள் புகலிடம்

இராமநாதபுரம் மாவட்டம் சாயல்குடி அருகில் உள்ளது மேலச்செல்வனூர் - கீழச்செல்வனூர் பறவைகள் புகலிடம். இது 1998 ஆம் ஆண்டு புகலிடமாக அறிவிக்கப்பட்டது.

தமிழ்நாட்டின் மிகப்பெரிய புகலிடம் இதுவே. இதன் மொத்தப் பரப்பளவு 593.08 ஹெக்டேர் ஆகும்.

இராமநாதபுரம் மாவட்டம் கடலாடி தாலுக்காவில் மேலச் செல்வனூர் - கீழச்செல்வனூர் கிராமக் குளங்கள்தாம் இந்த பறவை புகலிடமாக விளங்குகின்றன.

இவ்விடம் மதுரையிலிருந்து 130 கி.மீ. தொலைவிலும், இராமநாத புரத்திலிருந்து 47 கி.மீ. தொலைவிலும், சாயல்குடியிலிருந்து 12 கி.மீ. தொலைவிலும் உள்ளது.

வன்னி மரத்தோப்பு நிறைந்தது இப்பகுதி. குளங்களில் காணப்படும் கருவே மரங்கள் கூடுகட்ட ஏற்றதாக உள்ளன.

கூழைக்கடா, மஞ்சள் மூக்குநாலை, நத்தை குத்தி நாரை, வெள்ளை அரிவாள் மூக்கன், கரண்டிவாயன், பலவகை கொக்குகள் இங்கு கூடு கட்டி குஞ்சு பொரிக்கின்றன.

13. கூந்தன்குளம் பறவைகள் காப்பகம்

தமிழகத்தின் திருநெல்வேலி மாவட்டத்தில் உள்ள நாங்குநேரி வட்டத்தில் உள்ளது இந்த பறவைகள் காப்பகம். கூந்தன்குளம் என்ற ஊரில் அமைந்துள்ள பாதுகாக்கப்பட்ட இப்பகுதியின் பரப்பு 129.33 ச.கி.மீ. இது 1994 ஆம் ஆண்டில் பறவைகள் காப்பகமாக அறிவிக்கப் பட்டது.

இக்காப்பகத்திற்கு 43 இனத்தைச் சேர்ந்த பறவைகள் வருகின்றன. ஆண்டுதோறும் டிசம்பர் மாதத்தில் 10,000க்கும் மேற்பட்ட பறவைகள் இங்கு வலசை வருகின்றன.

திருநெல்வேலியில் இருந்து 33 கி.மீட்டரில் அமைந்துள்ள கூந்தன் குளம் 1994ஆம் ஆண்டு சரணாலயமாக அறிவிக்கப்பட்டு செம்மை யாக பராமரிக்கப்பட்டு வருகிறது. கூந்தன்குளம், காடன்குளம் என இயற்கையாக அமைந்துள்ள நீரப்பரப்பில் 129.33 ஏக்கரில் பரந்து விரிந்துள்ள பறவைகள் புகலிடத்தில் பூநாரைகளின் வரவு அதிகமாக இருக்கும் இடமாகும்.

கூந்தன்குளம் கிராம மக்களின் அரவணைப்பில் பறவைகள் யாவும், மனிதர் பயம் இன்றி அனைத்து வீடுகளின் மரங்களிலும் கூடுகள் அமைத்து முட்டையிட்டு குஞ்சுகளை பாதுகாத்துக் கொள்கின்றன.

நீண்டு மெலிந்த சிவந்த கால்களையும், மெல்லிய குழல் போன்ற வளைந்த கழுத்தையும் ரோசா வண்ணத்தையும் ஒத்த பூநாரைகள் இங்கு வந்து செல்வது மிகவும் குறிப்பிடத்தக்கது.

குஜராத்தில் உள்ள ரன்கட்ச் பகுதியில் லட்சக்கணக்கில் இனப் பெருக்கம் செய்யும் பூநாரைகளை கண்ட பறவையியல் அறிஞர் சலீம்அலி அவ்விடத்தை ஆசியாவின் மிகப்பெரிய பூநாரைகள் பகுதியாக அறிவித்தார். தமிழகத்தின் பருவநிலையை விரும்பி ஆண்டுதோறும் டிசம்பர் ஜனவரி மாதங்களில் பூநாரைகள் தமிழகத்தை நோக்கி வருகின்றன. தமிழகத்தில் கூந்தன்குளம் தவிர பழவேற்காடு, கோடியக்கரை பறவைகள் சரணாலயங்களுக்கு வருகைத் தருகின்றன என்பது குறிப்பிடத்தக்கது.

சைபீரியா பகுதியில் இருந்து வருகை தரும் பட்டைத் தலை வாத்து, ஊசிவால் வாத்து, தட்டைவாயன், செண்டு வாத்து முக்குளிப்பான உள்ளிட்ட பல்வேறு உப்புக்கொத்திகள், செங்கால் நாரை, மஞ்சள் மூக்குநாரை, மூன்று விதமான கொக்குகள், கரண்டி வாயன் என 43 நீர்ப்பறவைகள் கூந்தன்குளத்திற்கு ஆண்டுதோறும் வருகைபுரிவது கணக்கிடப்பட்டுள்ளது.

ஓராண்டில் அதிகபட்சமாக 1 லட்சம் பறவைகள் வந்தது பதிவு செய்யப்பட்டுள்ளது. அருகாமை நகரமாக நாசரேத்து 15 கி.மீ. தொலைவில் அமைந்துள்ளது. அக்டோபர் இறுதியில் கூந்தன்குளம் வரத் தொடங்கும் பறவைகள் ஏப்ரல், மே மாத வாக்கில் தங்கள் இருப்பிடத்திற்குத் திரும்பிச் செல்கின்றன. பறவைகளைக் காண ஜனவரி, பிப்ரவரி மாதங்கள் ஏற்ற காலமாகும்.

சித்திரன்குடி பறவைகள் சரணாலயம்

இராமநாதபுரம் மாவட்டத்தில் முதுகுளத்தூர் வட்டத்தில் பலவித வண்ணப் பறவைகளால் எழிலுடன் காட்சி தரும் சித்திரன் குடி பறவைகள் சரணாலயம் 1989 ஆம் ஆண்டு சரணாலயமாக அறிவிக்கப்பட்டு பராமரிக்கப்பட்டு வருகிறது. 47.63 ஏக்கர் பரப்பில் அமைந்துள்ள சித்திரன்குடியில் இருந்து 12 கி.மீ.தொலைவில் சாயல்குடியும், 45 கி.மீ. தொலைவில் இராமநாதபுரமும் அமைந் துள்ளது.

❋

14. வேட்டங்குடி பறவைகள் சரணாலயம்

சிவகங்கை மாவட்டம் திருப்பத்தூர் அருகே சுமார் 0.384 ச.கி.மீட்டர் பரப்பளவில் அமைந்துள்ள பாதுகாக்கப்பட்ட பகுதியே வேட்டங்குடி பறவைகள் சரணாலயம் ஆகும். இந்த சரணாலயம் 1977 ஆம் ஆண்டு ஜூன் மாதம் அறிவிக்கப்பட்டது.

இங்குள்ள கொள்ளுகுடிப்பட்டி கண்மாய்க்கு உண்ணி மூக்கு, முக்குளிப்பான், நீலச்சிறவி, சாம்பல் நிற நாரை, பாம்புதாரா, கருநீல அரிவாள் மூக்கன், கரண்டிவாயன், நத்தை கொத்தி நாரை போன்ற 217 வகையான சுமார் 8000 வெளிநாட்டுப் பறவைகள் மழைக் காலத்தில் இங்கு வருகின்றன.

கஞ்சிரன்குளம் பறவைகள் சரணாலயம்

170 பறவை இனங்களுக்கு வாழ்விடமாக உள்ள கஞ்சிரன்குளம் 1989 ஆம் ஆண்டு சரணாலயமாக அறிவிக்கப்பட்டது.

முதுகுளத்தூரிலிருந்து 8 கி.மீ. தொலைவிலும், மதுரையில் இருந்து 117 கி.மீ. தொலைவிலும் கஞ்சிரன்குளம் அமைந்துள்ளது.

கோடியக்கரை பறவைகள் சரணாலயம்

கோடியக்கரை சரணாலயம் தமிழகத்தின் கடை கோடியில் இயற்கையான முறையில் அமைந்துள்ளது. வேளாங்கண்ணியிலிருந்து 28 கி.மீ. தூரத்திலும், வேதாரண்யத்தில் இருந்து 13 கி.மீ. தொலைவிலும் கோடியக்கரை உள்ளது.

கோடியக்கரை காட்டுயிர் உய்விடம் 1967ஆம் ஆண்டு கலை மான்களைக் காப்பதற்காக உருவாக்கிய வனஉயிரின உய்விடம் ஆகும். இதன் பரப்பளவு 17.26 சதுர கி.மீ. ஆகும். இந்தச் சரணாலயத்தில் பல்வேறு விதமான கடல் பறவைகள் தென்படுகின்றன.

வேறு நாடுகளிலிருந்து வலசை வரும் பறவைகளுக்கான புகலிடமாகவும் இது திகழ்ந்து வருகிறது. இது நாகப்பட்டினம் மாவட்டத்தில் கடற்கரையை ஒட்டி அமைந்துள்ளது. இங்கு காணப்படும் தனிச் சிறப்பு வாய்ந்த சதுப்பு நிலங்களில் பல்வேறு வகையான அரிய பறவையினங்களைக் காணாம். இங்கு நரி, புள்ளிமான் போன்ற விலங்குகளையும் காணலாம்.

ஆங்கிலேயர்களால் வளர்க்கப்பட்டு பின்னர் விட்டுவிடப்பட்ட வளர்ப்புக் குதிரைகள் நாளடைவில் அடங்காமல் சுற்றித் திரியும் தான் தோன்றிக் குதிரைகளாக மாறிவிட்டன. இத்தகைய குதிரைகள் இங்கு காணப்படுகின்றன.

இங்கு 1000 ஆண்டுகள் பழமையான சோழர் காலத்து கலங்கரை விளக்கம் ஒன்று சிதைந்த நிலையில் காணப்படுகிறது. இப்பகுதியின் காடுகள் வெப்ப மண்டல உலர் பசுமை மாறா காடுகள் ஆகும். இக்காப்பகத்தில் 150 வகையான தாவர வகைகள் காணப்படு கின்றன.

இங்கு காணப்படும் விலங்குகள் கலைமான், நரி, புள்ளிமான், காட்டுப்பன்றி, முயல், காட்டுக்குதிரைகள், ஆமை, குரங்கு முதலியனவாகும்.

இவை தவிர இங்கு நூற்றுக்கணக்கான கூடுதலான பறவை இனங்கள் காணப்படுகின்றன. பூநாரை போன்று பலவகையான பறவைகள் ஆண்டுதோறும் வலசை வருகின்றன. அண்டார்டிகா பகுதியில் இருந்தும் அரிய பறவைகள் வருகின்றன.

✹

15. தமிழக பறவைகள் மற்றும் விலங்குகள் சரணாலயங்கள்

தமிழகத்தில் பறவைகள் மற்றும் விலங்குகள் சரணாலயங்கள் மொத்தம் 17 உள்ளன. இவற்றில் பறவைகளுக்காக 7, விலங்கு களுக்காக 8 மற்றும் ஆராய்ச்சிப் பூங்காக்கள் இரண்டும் அடங்கும்.

பட்டியல் :

ஊர்	வகை	மாவட்டம்
வேடந்தாங்கல்	பறவைகள்	காஞ்சிபுரம்
புலிக்கட் ஏரி	பறவைகள்	திருவள்ளூர்
கோடியக்கரை	பறவைகள்	நாகப்பட்டினம்

வேட்டங்குடி	பறவைகள்	சிவகங்கை
உதயமார்த்தாண்டபுரம்	பறவைகள்	திருவாரூர்
காஞ்சிராங்குளம்	பறவைகள்	இராமநாதபுரம்
வடுவூர்	பறவைகள்	திருவாரூர்
முதுமலை	யானைகள்	நீலகிரி
முக்கூர்த்தி	விலங்குகள்	நீலகிரி
களக்காடு	சிங்கவால்குரங்கு	திருநெல்வேலி
வல்லநாடு	மான்கள்	தூத்துக்குடி
முண்டந்துறை	புலிகள்	திருநெல்வேலி
மன்னார்வளைகுடா	கடல்வாழ் உயிர்கள்	தூத்துக்குடி
திருவில்லிபுத்தூர்	சாம்பல்நிற அணில்	விருதுநகர்
கிண்டி	மான்கள் தேசியப் பூங்கா	சென்னை
வண்டலூர்	அறிஞர் அண்ணா உயிரியல் பூங்கா	காஞ்சிபுரம்
ஆனைமலை	இந்திராகாந்தி தேசியப் பூங்கா	கோயம்புத்தூர்

இந்தியச் சரணாலயங்கள்

சரணாலயங்கள் என்பவை விலங்குகள், தாவரங்கள், நிலப் பரப்பு மற்றும் வரலாற்று முக்கியத்துவமுள்ள பொருட்கள் போன்ற வற்றை பாதுகாக்க அமைக்கப்பட்டுள்ளவை ஆகும்.

வனத்துறை அலுவலர்களின் அனுமதியின்றி எந்தவொரு விலங்கை யும் பிடிக்க, கொல்ல தடை செய்யப்பட்டுள்ள காட்டுப்பகுதி சரணாலயம் எனப்படும்.

இயற்கையின் பரிணாம வளர்ச்சி சீராக நடைபெற எந்தெந்த உயிரினம் எந்தெந்த இடத்தில் உள்ளதோ அந்தந்த இடத்தில் அவை இயல்பாக வாழ, வளர அனுமதிப்பவை சரணாலயங்கள் ஆகும்.

இந்தியாவில் மட்டுமல்ல, வெளிநாடுகளிலும் வனவிலங்கு களையும், பறவைகளையும் வேட்டையாடிக் கொன்று வீரம் என்று மகிழ்ச்சி அடைவதும், அதன் இறைச்சியை உண்பதும் இறைச்சியை மருத்துவப் பொருளாகப் பயன்படுத்துவதும் என பல நோக்கங்கள் உள்ளன.

இந்த நோக்கங்களால் அரிய வகை பல வனவிலங்குகளும், பறவை களும் இன்று இல்லாமல் போய் விட்டன. இனியும் இந்த நிலை நீடிக்கக் கூடாது என்கிற எண்ணத்தில் இந்திய அரசும், மாநில அரசுகளும் 247 வனவிலங்கு சரணாலயங்கள், 55 தேசியப் பூங்காக் களையும் உருவாக்கி பராமரித்து வருகின்றன.

தமிழ்நாடு :

தமிழகத்தில் உயிரினங்கள் பாதுகாப்புக்கு எட்டு சரணாலயங்கள், 13 பறவை சரணாலயங்கள், ஐந்து தேசிய பூங்காக்கள், மூன்று புலிகள் சரணாலயங்கள், நான்கு யானை சரணாலயங்கள், மூன்று பல்லுயிர் பெருக்கத் தளங்கள் உள்ளன.

கிண்டி :

சென்னையில் கிண்டியில் தேசியப் பூங்கா உள்ளது. இந்தப் பூங்கா வின் மொத்தப் பரப்பளவு 2.7 சதுர கி.மீட்டர். இங்கு பலவகை மான்கள் இருக்கின்றன. இதனருகில் பாம்புப் பண்ணை ஒன்றும் அமைக்கப்பட்டுள்ளது.

களக்காடு :

தமிழ்நாட்டில் திருநெல்வேலி மாவட்டத்தில் களக்காட்டுக்கு 15 கிலோ மீட்டர் தொலைவில் இருக்கும் திருக்குறுங்குடி மலைப் பகுதி தொடங்கி அம்பாசமுத்திரத்திலிருந்து 40 கி.மீ தொலைவில் இருக்கும் முண்டந்துறை மலைப்பகுதி வரையிலான வனப்பகுதி களக்காடு - முண்டந்துறை புலிகள் சரணாலயம் ஆகும்.

இது புலிகளுக்கான சரணாலயம் என்றாலும் இம்மலைப் பகுதியில் மிளா, காட்டுப்பன்றி, சிங்கவால் குரங்கு, யானை, உடும்பு, கரடி, பலவகைப் பாம்புகள் அதிகம் வாழ்கின்றன.

ஆனை மலை :

தமிழ்நாட்டில் பொள்ளாச்சி அருகில் இருக்கும் ஆனைமலை வனபகுதியான இந்த சரணாலயத்தின் மொத்தப் பரப்பளவு 958 ச.கி.மீ. இந்த சரணாலயத்தில் யானை, சிறுத்தை, புலி, காட்டெருமை, கடம்பை மான், புள்ளி மான், காட்டுப்பன்றி, கரடி என்று நிறைய வனவிலங்குகள் இருக்கின்றன.

16. இந்தியாவில் பறவைகள் சரணாலயங்கள் பட்டியல்

பறவைகள் சரணாலயங்கள் என்பது பறவைகளின் பாதுகாப்பு, மறுவாழ்வு மற்றும் உயிர் வாழ்வை ஊக்குவிக்கும் பல்வேறு வகையான இயற்கை வாழ்விடங்களைக் கொண்ட பகுதியாகும்.

சரணாலயங்களின் பட்டியல் :

வ.எ.	பெயர்	மாநிலம்
1.	கொல்லேறு பறவைகள் சரணாலயம்	ஆந்திரப்பிரதேசம்
2.	நெலப்பட்டு பறவைகள் பறவைகள் சரணாலயம்	ஆந்திரப்பிரதேசம்
3.	பழவேற்காடு பறவைகள் காப்பகம்	ஆந்திரப்பிரதேசம்
4.	ஸ்ரீபெனுசில நரசிம்ம வனவிலங்கு சரணாலயம்	ஆந்திரப்பிரதேசம்
5.	உப்பலபாடு பறவைகள் சரணாலயம்	ஆந்திரப்பிரதேசம்
6.	நாகி அணை பறவைகள் சரணாலயம்	பீகார்
7.	நஜாப்கார் வடிநில பறவைகள் சரணாலயம்	தில்லி
8.	சலீம்அலி பறவைகள் சரணாலயம்	கோவா
9.	கங்கா வனவிலங்கு சரணாலயம்	குஜராத்
10.	கிசாடிய பறவைகள் சரணாலயம்	குஜராத்
11.	கட்ச் புஸ்டர் வனவிலங்கு சரணாலயம்	குஜராத்

12.	நல்சரோவர் பறவைகள் சரணாலயம்	குஜராத்
13.	போர்பந்தர் பறவைகள் சரணாலயம்	குஜராத்
14.	தொல்ஏரி பறவைகள் சரணாலயம்	குஜராத்
15.	பிந்தாவாசு வனவிலங்கு சரணாலயம்	அரியானா
16.	கபர்வாசு வனவிலங்கு சரணாலயம்	அரியானா
17.	கம்குல் வனவிலங்கு சரணாலயம்	இமாச்சலப்பிரதேசம்
18.	அட்டிவேரி பறவைகள் சரணாலயம்	கர்நாடகம்
19.	பங்காபுர மயில் சரணாலயம்	கர்நாடகம்
20.	போனால் பறவைகள் சரணாலயம்	கர்நாடகம்
21.	குடவி பறவைகள் சரணாலயம்	கர்நாடகம்
22.	காகலடு பறவைகள் சரணாலயம்	கர்நாடகம்
23.	மகதி பறவைகள் சரணாலயம்	கர்நாடகம்
24.	மண்டாகட்டேடி பறவைகள் சரணாலயம்	கர்நாடகம்
25.	புட்டென ஹல்லி ஏரி பறவைகள் சரணாலயம்	கர்நாடகம்
26.	ரங்கன்திட்டு பறவைகள் காப்பகம்	கர்நாடகம்
27.	கடலுண்டி பறவைகள் சரணாலயம்	கேரளா
28.	குமரகம் பறவைகள் சரணாலயம்	கேரளா
29.	மங்களவனம் பறவைகள் சரணாலயம்	கேரளா
30.	பதிராமணல் பறவைகள் சரணாலயம்	கேரளா
31.	தட்டெக்காடு பறவைகள் சரணாலயம்	கேரளா
32.	மாயானி பறவைகள் சரணாலயம்	மகாராஷ்டிரா
33.	கர்னால பறவைகள் சரணாலயம்	மகாராஷ்டிரா
34.	பெரிய இந்திய புஸ்டார்ட் சரணாலயம்	மகாராஷ்டிரா
35.	லெங்தெங்காட்டுயிர் காப்பகம்	மிசோரம்
36.	சில்கா ஏரி காட்டுயிர் காப்பகம்	ஒடிசா
37.	கேவலாதேவ் தேசியப் பூங்கா	ராஜஸ்தான்
38.	தால்சாப்பர் சரணாலயம்	ராஜஸ்தான்

39.	சித்திரன்குடி பறவைகள் சரணாலயம்	தமிழ்நாடு
40.	கஞ்சிரான்குளம் பறவைகள் சரணாலயம்	தமிழ்நாடு
41.	கூத்தன்குளம் பறவைகள் சரணாலயம்	தமிழ்நாடு
42.	சுசீந்திரம் தேரூர் பறவைகள் சரணாலயம்	தமிழ்நாடு
43.	உதயமார்த்தாண்டபுரம் பறவைகள் சரணாலயம்	தமிழ்நாடு
44.	வேடந்தாங்கல் பறவைகள் சரணாலயம்	தமிழ்நாடு
45.	வெள்ளேடு பறவைகள் சரணாலயம்	தமிழ்நாடு
46.	வேட்டங்குடி பறவைகள் சரணாலயம்	தமிழ்நாடு
47.	சர்சாய் நவார் ஈரநிலம் பறவைகள் சரணாலயம்	உத்திரப்பிரதேசம்
48.	லட்சம்பஹோசி பறவைகள் சரணாலயம்	உத்திரப்பிரதேசம்
49.	நவாப் கஞ்ச் பறவைகள் சரணாலயம்	உத்திரப்பிரதேசம்
50.	ஓக்ஸா பறவைகள் சரணாலயம்	உத்திரப்பிரதேசம்
51.	பாட்னா பறவைகள் சரணாலயம்	உத்திரப்பிரதேசம்
52.	சமன் பறவைகள் சரணாலயம்	உத்திரப்பிரதேசம்
53.	சமசுபூர் பறவைகள் சரணாலயம்	உத்திரப்பிரதேசம்
54.	சாண்டி பறவைகள் சரணாலயம்	உத்திரப்பிரதேசம்
55.	சிந்தாமணிகார் பறவைகள் சரணாலயம்	மேற்கு வங்கம்
56.	குலிக் பறவைகள் சரணாலயம்	மேற்கு வங்கம்
57.	ரசிக்பில் பறவைகள் சரணாலயம்	மேற்கு வங்கம்
58.	தசுரான பறவைகள் சரணாலயம்	உத்திரப்பிரதேசம்
59.	வச்சனா பறவைகள் சரணாலயம்	குஜராத்
60.	நந்தூர் மத்மேசுவர் பறவைகள் சரணாலயம்	மகாராஷ்டிரா
61.	ஹோகர்சார் ஈரநிலம் பறவைகள் சரணாலயம்	ஜம்மு காஷ்மீர்
62.	நளபானா பறவைகள் சரணாலயம்	ஒடிசா

யஷ்வந்த் | 49

17. ஆந்திராவில் உள்ள முக்கியமான சில சரணாலயங்கள்

நாகார்ஜுனசாகர் - ஸ்ரீசைலம் :

ஆந்திராவின் குண்டூர், கர்நூல், நல்கொண்டா மற்றும் மகபூப் நகர் என்று ஐந்து மாவட்டங்களில் இருக்கும் மிகப்பெரிய நாகர்ஜுனசாகர் வனப்பகுதியான இந்த சரணாலயத்தின் மொத்தப் பரப்பளவு 3568 சதுர கி.மீட்டராகும்.

இதில் நாகர்ஜுன சாகர் புலிகள் திட்டத்திற்கு மட்டும் 2800 சதுர கி.மீட்டர் பரப்பளவில் இருக்கிறது. இந்த சரணாலயத்தில் புலி, சிறுத்தை, கரடி, காட்டுப்பன்றி பலவகையான மான், நரி, ஓநாய் மற்றும் முதலை போன்றவைகள் நிறைய இருக்கின்றன.

கொல்லேரு :

ஆந்திராவின் விஜயவாடா நகருக்கு அருகில் இருக்கும் கொல்லேரு சரணாலயம் ஏரியுடன் 673 சதுர கி.மீ. பரப்பளவுடையதாகும். இங்கு ஆண்டுதோறும் டிசம்பர் மாதம் முதல் மார்ச் மாதம் வரையுள்ள காலத்தில் நாரை, வண்ணக்கொக்கு மற்றும் நீர்நிலைப் பறவைகள் சில வந்து இனப்பெருக்கம் செய்து திரும்புகின்றன.

கர்நாடகாவில் இருக்கும் முக்கியமான சில சரணாலயங்கள் :

பந்திப்பூர் :

கர்நாடகாவில் மைசூரில் இருந்து 65 கி.மீட்டர் தொலைவில் இருக்கும் வனவிலங்குகளுக்கான இந்த தேசியப் பூங்காவின் மொத்த பரப்பளவு 874 சதுர கி.மீட்டர் ஆகும்.

இங்கு புலி, சிறுத்தை, கரி, காட்டுப்பன்றி, பலவகையான மான், நரி, ஓநாய், காட்டுநாய், மலபார் அணில், பச்சைப்புறா, காடை, கவுதாரி மற்றும் முதலை போன்றவைகள் நிறைய இருக்கின்றன.

நகர்ஹோலே :

கர்நாடகாவில் மைசூரில் இருந்து 90 கி.மீ. தொலைவில் இருக்கும் வனவிலங்குகளுக்கான இந்த குடகுமலைத் தேசியப் பூங்காவின்

மொத்தப் பரப்பளவு 571 ச.கி.மீட்டராகும். இங்கு யானை, புலி, சிறுத்தை, கரடி, காட்டுப்பன்றி, காடை, கவுதாரி மற்றும் காட்டுக் கோழி போன்றவைகள் நிறைய இருக்கின்றன.

பன்னார்கட்டா :

கர்நாடகாவில் பெங்களூரிலிருந்து 20 கி.மீ. தொலைவில் உள்ள இந்த வனப்பகுதியின் பன்னார்கட்டா தேசியப் பூங்காவில் பலவகையான மான்கள் இருக்கின்றன.

ரங்கன்திட்டு :

கர்நாடகாவில் ஸ்ரீரங்கப்பட்டணம் ஊருக்கு வடக்கே 10 கி.மீ. தொலைவில் இருக்கிறது ரங்கன்திட்டு சரணாலயம். இங்கு ஆண்டு தோறும் சூலை மாதம் முதல் ஆகஸ்ட் மாதம் வரையுள்ள காலத்தில் திறந்த வாய் நாரை கரண்டிமூக்கன் மற்றும் வெள்ளை இபிஸ் போன்ற நீர்நிலைப் பறவைகள் சில வந்து செல்கின்றன.

✳

18. கேரளாவில் இருக்கும் முக்கியமான சரணாலயம்

பெரியாறு :

கேரளாவில் இருக்கும் கோட்டயம் எனும் ஊரிலிருந்து 114கி.மீ. தொலைவிலும் தமிழ்நாட்டில் இருக்கும் தேனி என்னும் ஊரிலிருந்து 66 கி.மீ. தொலைவிலும் இருக்கும் பெரியாறு சரணா லயத்தின் மொத்தப் பரப்பளவு 777 சதுர கிலோமீட்டர் ஆகும்.

இங்கு யானை, சிறுத்தை, கரடி, காட்டு எருமை, பலவகையான மான், காட்டு நாய், புலி, பலவகைக் குரங்கு, பறக்கும் அணில்கள், மலைஅணில், காட்டுக்கோழி, காட்டு மைனா போன்றவைகள் நிறைய இருக்கின்றன.

✳

19. அஸ்ஸாமிலுள்ள முக்கியமான சில சரணாலயங்கள்

அஸ்ஸாம் மாநிலத்தில் கவுகாத்தியிலிருந்து 217 கி.மீ. தொலைவிலும், ஜோர்கட் எனும் ஊரிலிருந்து 84 கி.மீ. தொலைவிலும் இருக்கும் காசிரங்கா சரணாலயத்தின் மொத்தப் பரப்பளவு 430 சதுர கி.மீட்டர். இது காண்டா மிருகத்திற்கான சிறப்பு சரணாலயமாகும்.

இங்கு காண்டாமிருகம், யானை, சதுப்புநிலமான், சிறுத்தை, பூனை, மலைப்பாம்பு, சிவப்புக் காட்டுக்கோழி, வாத்து, மானிட்டர் பல்லி போன்றவை அதிகமாக இருக்கின்றன.

மானஸ் :

அஸ்ஸாம் மாநிலத்தில் கவுகாத்தியிலிருந்து 167 கி.மீ. தொலைவில் பூட்டான் நாட்டு எல்லையை ஒட்டியுள்ள வனப்பகுதியில் மானஸ் நதியுள்ள 360 ச.கி.மீ. பரப்பளவைக் கொண்ட சரணாலயம் இது. இந்த சரணாலயத்தில் புலி பலவகையான பறவைகள் உள்ளன.

மேற்கு வங்காளம் மாநிலத்திலுள்ள சில முக்கிய சரணாலயங்கள் :

ஜல்டபாரா :

மேற்கு வங்காளம் மாநிலத்தில் ஜல்பைகுரி மாவட்டத்தில் ஹாசிமாரா அருகில் அமைந்துள்ள இந்த சரணாலயத்தின் மொத்தப் பரப்பளவு 116 ச.கி.மீ இங்கு யானை, புலி, சிறுத்தை, காட்டுப்பன்றி, காட்டெருமை, குரைக்கும் மான், முள்ளம்பன்றி மற்றும் பலவகையான பறவை போன்றவை அதிகமாக இருக்கின்றன.

சுந்தரவனம் :

மேற்கு வங்காளம் மாநிலத்தில் கல்கத்தாவிற்கு தெற்கே 112 கி.மீ. தொலைவிலும் போட்கானிங் எனும் ஊரிலிருந்து 48 கி.மீ. தொலைவிலும் சுந்தரவனம் இருக்கிறது.

இந்த சுந்தரவனத்தின் வடக்குப்பகுதியை சஜ்ரகலி சரணாலயம் என்றும், தெற்குப் பகுதியை லோதெய்ன் தீவு சரணாலயம் என்றும் சொல்கின்றனர். இதன் மொத்தப் பரப்பளவு 2585 ச.கி.மீட்டராகும்.

இங்கு ராயல் பெங்கால் டைகர்ஸ் எனும் சிறப்பு புலி, மான், காட்டுப்பன்றி, பலவிதமான முதலை மற்றும் ஆமை இருக்கின்றன.

பீகார் மாநிலத்திலுள்ள முக்கியமான சரணாலயம் :

பீகார் மாநிலத்தில் ராஞ்சி எனும் ஊரிலிருந்து 115 கி.மீ. தொலைவிலும் கோடர்மா எனும் ஊரிலிருந்து 50 கி.மீ தொலைவிலும் உள்ள இந்த மலைப்பிரதேச சரணாலயத்தின் மொத்தப் பரப்பளவு 186 சதுர கி.மீட்டராகும். இங்கு புலி, சிறுத்தை, காட்டுப்பன்றி, காட்டுப்பூனை, மயில், நீலப்பசு போன்றவை நிறைய இருக்கின்றன.

பலா மாவு :

பீகார் மாநிலத்தில் ராஞ்சி எனும் ஊரிலிருந்து 180 கி.மீ தொலைவிலும் சிப்பாதோஹர் எனும் ஊரிலிருந்து 80 கி.மீ. தொலைவிலும் உள்ள இந்த சரணாலயத்தின் மொத்தப் பரப்பளவு 979 சதுர கி.மீ. இங்கு புலி, யானை, சிறுத்தை, காட்டுப்பன்றி, காட்டெருமை, குரைக்கும் மான் மற்றும் பலவகை பறவைகளும் உள்ளன.

❋

20. மகாராஷ்டிரா மாநிலத்திலுள்ள முக்கிய சரணாலயங்கள்

ராதாநகரி :

மகாராஷ்டிரா மாநிலத்தில் இருக்கும் கோல் ஹாபூர் அருகில் இருக்கும் ராதா நகரி சரணாலயத்தின் மொத்தப் பரப்பளவு 2072 சதுர கி.மீ.

இது காட்டு எருமைகளுக்கான சரணாலயமாகும். இங்கு காட்டெருமை, சிறுத்தை, காட்டுப்பன்றி, பலவகை அரிய மான்கள், பல பறவைகள் இருக்கின்றன.

பொரிவ்லி :

மகாராஷ்டிர மாநிலத்தில் இருக்கும் மும்பை அருகில் 34 கி.மீ. தொலைவில் இருக்கும் பொரிவ்லி ஊரில் உள்ள விலங்கியல் தேசியப் பூங்காவான இதன் மொத்தப் பரப்பளவு 100 சதுர கி.மீ. இங்கு சிறுத்தை, காட்டுப்பன்றி, மற்றும் பறவைகள் இருக்கின்றன.

டடோபா :

மகாராஷ்டிரா மாநிலத்தில் இருக்கும் சந்திராபூர் எனும் ஊரிலிருந்து 45 கி.மீ. தொலைவில் தெற்கிலும் வரோரா எனும் ஊரிலிருந்து 56 கி.மீ தென்மேற்கிலும் இருக்கும் இந்த சரணாலயத்தின் மொத்தப் பரப்பளவு 117 சதுர கி.மீ. இங்கு புலி, சிறுத்தை, கரடி, காட்டு எருமை, கடம்பை மான், காட்டு மாடு, காட்டுப்பன்றி, முதலை ஆகியவை இங்கு இருக்கின்றன.

✱

21. குஜராத் மாநிலத்திலுள்ள முக்கிய சரணாலயங்கள்

கிர் :

குஜராத் மாநிலத்தில் இருக்கும் சௌராஷ்டிரப் பகுதியில் கிர் தேசியப் பூங்கா எனும் சிங்கங்களுக்கான சரணாலயம் உள்ளது.

இந்தச் சரணாலயம் சிங்கத்திற்கான ஆசிய அளவில் சிறப்புப் பெற்ற சரணாலயமாகும். சாசன்கிர் எனும் ஊரிலிருந்து 42 கி.மீ. தொலைவில் இருக்கும் இந்த சரணாலயத்தின் மொத்தப் பரப்பளவு 1412 சதுர கி.மீ. இங்கு சிங்கம், சிறுத்தை, காட்டுப்பன்றி, கடம்பை மான், மலைப்பாம்பு, கழுகு மற்றும் கருடன் போன்றவைகள் நிறைய இருக்கின்றன.

பிரோடன் :

குஜராத் மாநிலத்தில் இருக்கும் ஜாம் நகர் எனும் ஊரில் இருந்து 6 கி.மீ. தொலைவில் இருக்கும் இந்தக் கடல் சரணாலயத்தின்

மொத்தப் பரப்பளவு 271 ச.கி.மீ. இங்கு பருவ காலமாக நவம்பர் மாதம் தொடங்கி பிப்ரவரி மாதம் வரை இருக்கிறது. இங்கு ஆக்டோபஸ், பவளப்பூச்சி, பப்பர் மீன், கொக்கு, நாரை போன்றவை இருக்கிறது.

சுரேந்திர நகர் :

குஜராத் மாநிலத்தில் இருக்கும் தாரங்கத்ரா எனும் ஊரில் இருந்து 25 கி.மீ. தொலைவில் இருக்கும் சுரேந்திர நகர் சரணா லயத்தின் மொத்தப் பரப்பளவு 3569 ச.கி.மீ. இது காட்டுக் கழுதை களுக்கான சரணாலயம். இந்தக் காட்டுக் கழுதைகள் அரேபியா, துருக்கி, திபெத், மங்கோலியா, ரஷ்யா போன்ற நாடுகளில் மட்டும்தான் உள்ளன. இங்கு காட்டுக் கழுதை தவிர காட்டு மாடு, ஓநாய், கடம்பை மான் மற்றும் பறவைகளும் உள்ளன.

பவநகர் :

வெளிமான்களும், கழுதைப் புலிகளும் அதிகம் கொண்ட வெளி மான் தேசியப் பூங்கா, வெலாதார் பவாநகர் மாவட்டத்தில் அமைந்துள்ளது.

மத்தியப் பிரதேசத்திலுள்ள முக்கிய சரணாலயங்கள் :

கன்ஹா :

மத்தியப் பிரதேசம் மாநிலத்தில் இருக்கும் சிரிடோங்கிரி எனும் ஊரில் இருந்து 110 கி.மீட்டரில் உள்ள இந்த சரணாலயம் மண்ட்லா மற்றும் பாலகாட் எனும் இரண்டு மாவட்டங்களில் மொத்தப் பரப்பளவில் 1940 சதுர கி.மீட்டரில் உள்ளது.

இங்கு புலி, மான், காட்டுப்பன்றி, காட்டு எருமை, சிறுத்தை, குரைக்கும் மான், சுண்டெலி மான், முள்ளம்பன்றி, காட்டு மாடு போன்றவைகள் நிறைய இருக்கின்றன.

பந்தவ்கர் :

மத்தியப் பிரதேசம் மாநிலத்தில் இருக்கும் உமாரியா என்னும் ஊரில் இருந்து 30 கி.மீட்டர் தொலைவில் இருக்கும் இந்த சரணாலயத்தின் மொத்தப் பரப்பளவு 105 ச.கி.மீட்டர். இங்கு புலி, வெள்ளைப்புலி

போன்றவை இருக்கின்றன.

சிவ்புரி :

மத்தியப் பிரதேசம் மாநிலத்தில் இருக்கும் ஜான்சி எனும் ஊரில் இருந்து 94 கி.மீட்டரில் இருக்கும் சிவ்புரி சரணாலயத்தில் கடம்பை மான் மற்றும் காட்டு மாடு போன்றவை அதிகமாக இருக்கின்றன.

✺

22. அழிந்து வரும் மிருகங்களின் பட்டியலில் மனித இனம்

மனிதகுலம் பிறப்பதற்கு பல்லாயிரம் ஆண்டுகளுக்கு முன்பே உயிரினங்களைத் தன் மடியில் தாங்கிக் கொள்ள எழில் நிறைந்து பிறந்தது தான் இந்தப் பூமி.

பூமியின் கட்டமைப்பு என்பது மனிதன் மட்டுமின்றி எல்லா உயிரினங்களும் வாழக்கூடிய வகையில் மிக சிரத்தையுடன் இயற்கை வரமாய் உருவானதாகும்.

எந்தெந்த உயிரினம் எங்கெங்கே வாழுதல் நலம் என்று தானாகவே பூமி ஏற்படுத்திய வரைமுறைதான் மனிதன் நாட்டிலும் விலங்குகள் காட்டிலும் வாழும்படியாக காலப்போக்கில் மாறியது.

புவி பாதுகாப்பையும் அதன் வளங்களின் முக்கியத்துவத்தையும் வலியுறுத்தி அமெரிக்காவின் சுற்றுச்சூழல் போராளி 'கோலார்ட் நெல்சன்' என்பவரின் முயற்சியால் 1970 ஆம் ஆண்டு உலக பூமி தினம் 'எர்த் டே நெட்வொர்க்' என்னும் அமைப்பால் தொடங்கப் பட்டது.

மொத்தம் 193 நாடுகளை இதுவரை தன்னுடன் இணைத்துள்ள இந்த அமைப்பானது உலகம் முழுக்க உள்ள சுற்றுச்சூழல் ஆர்வலர்களை ஒன்று திரட்டி பூமியின் தற்போதைய நிலை குறித்த விழிப்புணர்வு பிரச்சாரங்களையும் அது சார்ந்த கருத்து பரிமாற்றங்களையும் இந்த

தினத்தில் மேற்கொண்டு வருகிறது. பூமியின் உயிரினங்களை அழிவிலிருந்து காப்போம் என்ற கருத்துருவில் உலக பூமி தினத்தை இந்த அமைப்பு கொண்டாடியது.

சுமார் நாலரை பில்லியன் ஆண்டுகளுக்கு முன்பாக பூமி பிறந்ததாக அறியப்படுகிறது. பூமி தவிர வேறென்ன கிரகங்களில் உயிரினங்கள் வாழ முடியும் என்று எத்தனையோ ஆராய்ச்சிகளைத் தொடர்ந்து மனிதன் மேற்கொண்டாலும் அனைத்து உயிர்களும் தடையின்றி வாழ உகந்த ஒரே கிரகம் பூமி மட்டுமே என்ற விடை தான் இறுதி விடையாக உள்ளது.

உலகம் வெப்பமயமாகுதல், காற்று மாசு, காடழிப்பு, பசுமைக் குடில் விளைவுகள், தண்ணீர் பஞ்சம் என்று பூமி ஏற்கனவே தன் வளங்களை வெகுவாக இழந்து வரும் சூழ்நிலையில் பூமியைப் பாதுகாக்கும் பெரும் பொறுப்பு மனிதனிடமே உள்ளது.

முடிந்தவரை காற்று மாசை தடுத்து அதிக அளவில் மரங்களை நட்டு, தண்ணீர் சேமிப்பு மேலாண்மை திட்டங்களை மேம்படுத்தி, இயற்கையை அதன் வழியிலேயே பாதுகாத்தால் மட்டுமே மனிதனால் தன் அடுத்த தலைமுறைக்கு தான் அனுபவித்த இயற்கை வளங்களை பரிசாகத் தர முடியும். இல்லையென்றால் இனிவரும் தலைமுறைகள் புலியையும், யானையையும் ஏன் மழையைக் கூட புகைப்படத்தில் தான் காண முடியும்.

ஏற்கனவே காடுகள் அழிக்கப்பட்டு பல்லாயிரக்கணக்கான உயிரினங்கள் அழிந்தும் அழிவின் விளிம்பிலும் நிற்கின்றன.

உயிரினங்கள் அழிவின் விளிம்பில் நிற்பதற்கு பூமி வெப்ப மயமாகுவதும் ஓர் முக்கிய காரணமாகும். வேகமாக உருகி வரும் பனி பாறைகள் பல்வேறு பனிக்கரடிகளின் வாழ்வாதாரத்தை கேள்விக் குறியாக்கி விட்டது. மேலும் அதிக வெப்பமானது கடல் வாழ் உயிரினங்களை இனப்பெருக்கத்திலிருந்தும் தடுக்கிறது.

2050க்குள் முப்பதிலிருந்து ஐம்பது சதவீதம் உயிரினங்கள் பூமியிலிருந்து நிரந்தரமாக விடைபெற்றுக் கொண்டு விடும் என்று ஆய்வு கூறுகிறது.

வேகமாக அழிந்து வரும் விலங்குகளில் சில அரிய வகை கொரில்லாக்கள், கடல் ஆமைகள், ஓரங்குட்டான்கள், காட்டு யானைகள், காண்டாமிருகங்களும் அடக்கம்.

இவ்வகை உயிரினங்களின் மரபணுக்கள் எத்தனையோ ஆயிரம் ஆண்டுகள் பூமியில் நிலை பெற்று வாழ்ந்தவையாகும். அவை அழிந்தால் அழிந்ததுதான்.

தேனீக்கள் என்று அழிகிறதோ அன்று உலகமும் அழிந்து போகும் என்று புகழ் பெற்ற விஞ்ஞானி ஆல்பர்ட் ஐன்ஸ்டைன் தனது ஒரு ஆராய்ச்சியின் போது மேற்கோள் காட்டி கூறியிருக்கிறார்.

அதிகமான பூச்சிக்கொல்லி உபயோகம் மகரந்த சேர்க்கைக்கு உதவும் தேனீ உள்ளிட்ட பூச்சி இனங்களை கொல்வதாக கூறப்படு கிறது. சராசரியாக 70 சதவிகித மகரந்த சேர்க்கைக்கு தேனீக்கள் தான் காரணம்.

2015 ஆம் ஆண்டு அமெரிக்காவில் நடந்த ஒரு கணக்கெடுப்பில் தேனீக்களின் எண்ணிக்கை 44 சதவிகிதம் குறைந்திருப்பது தெரிய வந்தது. இது இயற்கை மனிதனுக்கு அளித்துள்ள எச்சரிக்கை குரலாகவே அறியப்படுகிறது. இந்நிலை தொடர்ந்தால் வெகு விரையில் மனிதனும் அழியும் மிருகங்கள் பட்டியலில் நிச்சயம் சேர்ந்து விடுவான்.

பறவைகள் நம் சுற்றுச்சூழலில் ஏதேனும் மாற்றம் நிகழ்ந்தால் அவற்றை உணர்த்துபவை ஆகும். அவைகளின் இருப்பும் இல்லாமையும் நாம் நம் சுற்றுச்சூழலின் மேல் கவனம் செலுத்த வேண்டும் என்று மறைமுகமாகச் சொல்பவை.

பண்டைய காலத்தில் பஞ்சபட்சி சாஸ்திரம் எனும் ஆருடக்கலை, சில பறவைகளை பிரதானமாகக் கொண்டு பார்க்கப்பட்டது.

மனித வாழ்வின் மர்மம் கூறும் சாஸ்திரமாக இந்த பஞ்சபட்சி சாஸ்திரம் விளங்கியது.

வல்லூறு, ஆந்தை, காகம், கோழி, மயில் ஆகிய பறவையினமே பஞ்ச பட்சிகளாகக் கூறப்படுகிறது.

தமிழ்நாட்டில் அழிவின் விளிம்பில் பல பறவை இனங்கள் இருப்பதாக கவலை தரக்கூடிய அறிக்கை ஒன்று கூறுகிறது. இந்த ஆய்வறிக்கையில் இந்தியாவில் மொத்தம் 101 பறவை இனங்கள் கவனத்திற்குரியவையாகவும், கவலை தரக்கூடிய வகையில் காணாமல் போய்க் கொண்டிருப்பதாகவும் கூறப்படுகிறது.

கழுகுகள், பிணம் தின்னிக் கழுகுகள் புலம்பெயர் பறவைகள் உள்ளிட்டவை அழிந்து வருகின்றன.

இந்த அறிக்கையில் சொல்லப்பட்டிருக்கும் விஷயங்கள் உடனடியாக கவனிக்கத்தக்கவை என சூழலியலாளர்கள் தெரிவிக்கின்றனர்.

நம் நாட்டில் முதன் முதலாக பறவைகள் இருப்பு, அவை அதிகமாகக் காணப்படும் இடங்கள், அவற்றைப் பாதுகாத்தல் குறித்தான நடவடிக்கைகள் பற்றி ஒரு சேர இந்த அறிக்கை பேசுகிது.

மொத்தம் 867 இந்திய பறவை இனங்கள் இந்த அறிக்கையின் ஆய்வுக்காக எடுத்துக் கொள்ளப்பட்டுள்ளது. இந்த இனங்கள் யாவும் அழிந்து வருவதும் இதில் தெரிய வந்துள்ளது.

இதில் பல இனங்கள் அதனுடைய எண்ணிக்கையில் குறைந்து வருவதும் அதிகரிக்கும் சூழல் நிலவுகிறது. நம்முடைய சுற்றுப்புறச் சூழலின் ஆரோக்கியத்துக்கு பறவைகள் மிக முக்கியமான பங்காற்று கின்றன என்பதால் இது ஒரு முக்கியப் பிரச்சனையாகப் பார்க்கப் படுகிறது.

மொத்தமாகப் பார்த்தால் அழிந்து வரும் பறவை இனங்களின் எண்ணிக்கை 135 ஆகவும், பெருகி வரும் இனங்களின் எண்ணிக்கை 12 ஆகவும் உள்ளது.

பறவை இனங்கள் அழிவதற்கான காரணம் பறவைகளின் வாழ் விடங்கள் அழிந்து போவதும், அவற்றுக்கு உணவு கிடைக்காமல் இருப்பதும்தான் என்று கூறப்படுகிறது.

இயற்கை பாதுகாப்புக்கான சர்வதேச யூனியன் என்பது இயற்கை பாதுகாப்பு சம்பந்தமாக சர்வதேச அளவில் இயங்கக்கூடிய ஒரு அமைப்பு.

பல ஆண்டுகளாக மொத்த எண்ணிக்கையில் 50%க்கும் குறைவான எண்ணிக்கையில் அருகி வரும் பறவை இனங்கள் மொத்தம் 319 ஆக உள்ளது, இவை கழுகுகள் போன்ற வேட்டைப் பறவைகள், புலம்பெயரும் கடலோரப் பறவைகள், ஆலாக்கள், காடுகள் மற்றும் புல்வெளியில் வசிக்கும் பறவைகள், மேற்குத் தொடர்ச்சி மலையைச் சார்ந்த பறவைகள், ஊணுண்ணிப் பறவைகள் உள்ளிட்டவை ஆகும்.

இந்த இந்தியப் பறவைகளின் நிலை என்ற ஆய்வு அறிக்கையை, 'பேர்ட் கவுண்ட்' இந்தியா என்ற அமைப்பு, மற்ற 10 அமைப்புகளோடு இணைந்து வெளியிட்டுள்ளது.

இந்த அறிக்கையில் 15,000 தொழில் முறை பறவை கண்காணிப்பாளர்களின் நுண்ணிய ஆய்வுகளின் மூலம் ஒரு கோடிக்கும் அதிகமான கணக்கீடுகள் இடம் பெற்றுள்ளன.

தொடர் ஆராய்ச்சிகள் அலசல்கள், பயிற்சிப் பட்டறைகள் மற்றும் பகுப்பாய்வுகள் மூலம் இந்த ஆய்வறிக்கை உருவாக்கப்பட்டுள்ளது.

மேலும் நாட்டைச் சேர்ந்த வல்லுநர்களை மற்றும் வெளிநாடுகளைச் சேர்ந்த வல்லுநர்களின் அறிக்கைகளும் இந்த ஆய்வறிக்கை உருவாக்கத்திற்கு பயன்படுத்தப்பட்டுள்ளது. இந்த முடிவுகள் அதிகரித்து வரும் பறவை இனங்களின் வீழ்ச்சி என்ற குறிப்பிட்ட சுற்றுச்சூழல் பாங்கைக் குறிக்கிறது.

உதாரணமாக பெங்களூரில் உள்ள லால்பாக் ஏரிக்கு கருப்பு வெள்ளை மீன்கொத்தி பறவை இனம் அடிக்கடி வருகை தரும். ஆனால் அவை இப்போது வருவதில்லை. காரணம் அந்த ஏரி கழிவுநீரால் மோசமாகப் பாதிக்கப்பட்டுள்ளது.

பழம் உண்ணும் பறவைகள் மற்றும் தேன் குடிக்கும் பறவைகள் உள்ளிட்டவையும் பாதிக்கப்பட்டுள்ளன. இந்தியாவின் பெரும் பான்மையான நிலங்கள் விவசாயத்துக்காகப் பயன்படுத்தப் பட்டுள்ளன. ஆனாலும் அவற்றில் ரசாயனப் பூச்சிகொல்லிகள் பயன்படுத்தப்படுவதால் இப்பறவை இனங்களின் ஆதார உணவு கிடைக்காமல் போய் விட்டன.

பறவைகளுக்கான புரதம் அதிகமுள்ள கம்பளி புழுக்கள் தற்போது அதிகமாகப் பயன்படுத்தப்படும் பூச்சிக்கொல்லிகள் காரணமாக பறவைகளுக்கு இல்லாமல் போய் விட்டன.

இந்த ஆய்வில் இடம் பெற்றுள்ள 867 பறவை இனங்களில் தமிழ் நாட்டைச் சேர்ந்த 19 பறவை இனங்கள் பாதுகாக்கப்பட வேண்டியவை எனத் தெரிய வந்துள்ளது.

ஒரு காடோ புல்வெளியோ பாதிப்புக்குள்ளாகும்போது பறவை இனங்கள் நேரடியாக பாதிக்கப்படுகின்றன. கழுகுகளும், வல்லூறு களும் அவை உண்ணும் உயிர்களின் எண்ணிக்கையைச் சார்ந் துள்ளவை. இந்த எண்ணிக்கை குறையும்போது அவையும் பாதிக்கப் படுகின்றன.

மக்களுக்கு காடுகள் மற்றும் வன உயிரினங்கள் குறித்த விழிப்புணர்வு இன்னும் அதிகமாக வேண்டியது காலத்தின் கட்டாயம்.